మురికితల్లి

(కథా సంపుటి)

భమిడిపాటి గౌరిశంకర్

Muriki Talli

Author

Bhamidipaati Gowi Sankar

Mobile: +91 9492858395

ISBN: 978-81-988184-0-9

Print On Demand

Book Available

@

Ph:0091-9515054998

Email: Kasturivijayam@gmail.com

Amazon, Flipkart,

అభినందన

శ్రీ, శ్రీమతి వారణాసి సత్తిబాబు, శోభావళి

సౌమ్యశీలి, నిరాడంబరుడు, సహృదయుడు, సజ్జన సాంగత్యాభిలాషి, నిగర్వి, ప్రచారపేక్ష నిరపేక్షక కథారచయిత శ్రీ భమిడిపాటి గౌరీ శంకర్ గారి కలం నుండి జాలువారిన "మురికి తల్లి" కథలు పుస్తకంగా తీసుకురావడం సంతోషదాయకం. దాదాపు తెలుగు పత్రికలన్నీ గౌరీశంకర్ రచనలను ప్రచురిస్తున్నవి.

ఈ రచయిత జన జీవనం లోని, సామాజిక అంశాలపై స్పందిస్తూ, అక్షరాల మణిదీపాలను వెలిగించి, దోషరహిత సమాజ పురోగమనానికి దారి చూపించే మార్గదర్శి. అటువంటి సమున్నత భావశబలత గలిగిన శ్రీ భమిడిపాటి మరిన్ని రచనలతో లోకాన్ని ప్రదీప్తం చేయాలని ఆకాంక్షిస్తూ... శ్రీ గౌరీశంకర్ గారికి అభినందన చందనం.

శ్రీ, శ్రీమతి వారణాసి సత్తిబాబు, శోభావళి

రామచంద్రపురం

కృతజ్ఞతలు

'మురికి తల్లి' కథలు పుస్తకరూపంలో రావటానికి

తెర వెనుక మిత్రులకు కృతజ్ఞతలు తెలుపుకోవటం నా ధర్మంగా

భావిస్తాను.నిరంతరం

నన్నెంతగానో అభిమానిస్తున్న, ప్రోత్సహిస్తున్న గురజాడ విద్యాసంస్థల అధినేత

శ్రీ జి. వి. స్వామి నాయుడుగారికి...

నన్ను.. ప్రోత్సహిస్తున్న స్నేహశీలి...

మా కళాశాల ప్రిన్సిపాల్ శ్రీ కె. వి. వి. సత్యన్నారాయణ గారికి...

అభినందనలు వ్రాసి ఆశీర్వదించిన

శ్రీ, శ్రీమతి వారణాసి సత్తిబాబు, శోభావళి దంపతులు,

ప్రతీ పుస్తక ప్రచురణకు ప్రోత్సాహమిస్తున్న మంచి మిత్రులు, శ్రేయోభిలాషి

సీనియర్ జర్నలిస్టు శ్రీ సదాశివుని కృష్ణగారికి ...

మిత్రుడు కె చంద్రశేఖర్ కు...

నా సోదరుడు శ్రీ జగన్నాథరావు, వదినలు.. మరదలకు...

పుస్తకాలను ఎంతో అందంగా ముద్రిస్తున్న కస్తూరి విజయం ప్రచురణల వారికి...

- **రచయిత**

భమిడిపాటి గౌరీశంకర్

ఓ మంచిమాట

జి.వి. స్వామి నాయుడు

గురజాడ విద్యాసంస్థలు

శ్రీకాకుళం

మా గురజాడ విద్యాసంస్థల అనుబంధమైన గాయత్రి డిగ్రీ కళాశాలలో ఆంధ్రోపన్యాసకునిగా విద్యా సేవలందిస్తున్న శ్రీ భమిడిపాటి గౌరీశంకర్ కథా రచయితగా సాహితీ పాఠక లోకానికి సుపరిచితులు. చక్కని సామాజిక స్పృహతో వచ్చిన వీరి రచనలు పోటీలకు నిలబడి ఎన్నో బహుమతులు, ప్రశంసలు అందుకున్నాయి.

ఎనిమిది కథా సంకలనాలు పాఠకుల ప్రశంసలకు ఆలవాలము. నేడు ఈ “మురికి తల్లి” (కథా సంకలనం) ” వెలువరించడం అభినందనీయం. కథా, కవితా రచయితగా, పత్రికా సంపాదకునిగా, అధ్యాపకుడిగా, సౌమ్యశీలిగా, నిరాడంబరుడిగా, నిగర్విగా, నిబద్ధత తో కూడిన జీవనశైలి గలిగిన శ్రీ గౌరీశంకర్ గారు మా సంస్థలో ఉద్యోగి కావడం మా సంస్థ అదృష్టంగా భావిస్తూ – అభినందిస్తూ, ఉన్నత సోపానాలు అధిరోహించాలని ఆకాంక్షిస్తూ... గాయత్రి మాత చల్లని దీవెనలు ఎల్లవేళలా వీరికి ఉండాలని, ఆయురారోగ్య భోగాలతో విలసిల్లాలని కోరుకుంటూ....

జి.వి.స్వామి నాయుడు

శ్రీకాకుళం

కథల వరుస

లడ్డూ ప్రేమ

"అలివర్ వెన్‌డెల్ హోల్మస్ అనే యు.ఎస్ రచయిత ప్రేమను గురించి ఏమన్నాడో తెలుసా..." అన్నాడు హనుమంతు.

"తెలియదు... నేనెప్పుడూ యు.ఎస్. వెళ్లలేదు కదా.." అన్నాను సీరియస్‌గానే... హనుమంతు ఫక్కున నవ్వి" అతనిప్పుడు లేడులే... నువ్వు వెళ్లినా..." అన్నాడు... "అసలు విషయం చెబుదూ... ప్రకటనలు లేని టీ.వీ సీరియల్‌లా..." అన్నాను మళ్ళీ సీరియస్‌గా... "ఏమన్నాడంటే... ఏ ప్రేమ శాశ్వతం కాదు... ఏ ప్రేమ ఎప్పుడైనా నీకు తెలియకుండా మరణించవచ్చు... అని... బాగుంది కదా..." అన్నాడు హనుమంతు...

"ఇంతకీ ఈ ప్రేమ గొడవ ఇప్పుడెందుకు..." అన్నాను

"అంటే ప్రేమ... దురద... దగ్గు... ఈ మూడింటిని దాచటం అసాధ్యం కదా..." అన్నాడు హనుమంతు... మధురవాణి ముందు చిద్విలాసంగా నవ్వే గిరీశంలా...

"ఇప్పుడు ఆ మూడింటిలో నీకు తగులుకున్నదేమిటి..." అన్నాను. లుబ్ధావధాన్లు స్టయిల్‌లో నవ్వి..

“మన రామకృష్ణ కలిసాడు...లే... గురుద్వార్ బస్‌స్టాప్‌లో... అందుకు వాడి లడ్డూ ప్రేమ గుర్తుకు వచ్చింది... వాడి కూతురు హర్యానా జిలేబీలు వేసేవాడిని ప్రేమించిందంట...” అన్నాడు మళ్ళీ గిరీశం స్టయిల్‌లో...

ఇద్దరం.. అలా.. రిషికొండ నుంచి తెన్నేటి విశ్వనాథం పార్క్ వరకు వాకింగ్ చేసుకుంటూ వచ్చాం... సంచిలో వాటర్ బాటిల్ తీసి నీళ్లు త్రాగాం... రిలాక్సయినాం... ఓ గంట ఆ కబురూ.. ఈ కబురు చెప్పుకొని... మళ్లీ... ఎం.కే.గోల్డ్ కోస్ట్ వరకు వాకింగ్ చేస్తాం... వేసవి సెలవుల్లో ఇదే మా నిత్య కృత్యం... ఇద్దరం... లెక్చరర్ గా పనిచేస్తూ విశాఖ చేరిపోయాం. పాత సంగతులను ఇలా ఎవరో తెలిసిన వారు కలిస్తే తవ్విపోసుకుంటాం.. ఆ మట్టి మాకంటనిదయితే... సరదాగానే..

ఇది పాతికేళ్ల ప్రేమకథ.. మా మిత్రుడు రామకృష్ణ కథ...

ప్రస్తుతం వాడి కూతురు కథ కూడా....

***

శ్రీకాకుళం దగ్గర్లో... మబగామని... ఓ చిన్న కుగ్రామం... అప్పటికి అక్కడ ఇప్పుడున్నంతగా మేడలు... సంపద... లైట్లు లేవు.. గ్రామం అంటే గ్రామమే... రామకృష్ణ అక్క పెళ్లికి... స్నేహితులుగా వెళ్ళాం... అప్పటికి పీ.జీ. చేసి ఉన్నాము...

రాత్రి ఎనిమిదన్నరయింది... మే నెలలో పెళ్లి... కరెంట్ ఆరిపోయింది... మా ఇద్దరికీ ఊపిరాడటం లేదు... రామకృష్ణ అక్క మా దగ్గరికి వచ్చి... “ఓరే హనుమంతు కృష్ణ ఏడిరా” అంది... పెళ్లికూతురు గెటప్‌లో... మా ‘ట్రయిల్స్’లో మేమున్నాము... అవును... వీడేడి... ఆ... బహుశా... వాడి ‘ట్రయిల్స్’లో వాడున్నాడేమో... అనే అనుమానం వచ్చింది...

మధ్యాహ్నం భోజనాల సమయంలో... వాడో అమ్మాయితో తిరగడం గమనించాం.... ఇంట్లో చెంచా కూడా తీయని వాడు... ఆమె వెనకాల... బరువయిన పాత్రతో అన్నం వడ్డించడం... కూడా చూసాం... అప్పుడే అనుకున్నాము... అమ్మో... మాకన్నా జోరుగా... అప్పడాలు విరిచేస్తున్నాడని (ఇది మా కోడ్‌లెండి.. ఇప్పుడు పులిహోర కలుపుతున్నాడంటున్నారు)... అది గుర్తుకు వచ్చింది... రాత్రి సమయం... గాలి లేదు... కరెంటు లేదు.. ఇంతకన్నా 'గొప్ప సమయం'... 'మంచి సమయం' ఏముంటాయి కనుక... దగ్గ(రవ)టానికి, గోక్కోవటానికి... మెల్లగా శబ్దం చేయకుండా... నల్లపిల్లులు మాదిరిగా మేడ ఎక్కాం... నీళ్ల ట్యాంకు దగ్గర.. దగ్గరగా... దాదాపుగా కలిసి... ఏదో... తినిపించుకుంటున్నారు... మాకర్థమైంది... చిన్న దగ్గు దగ్గి... వారి ఏకాంతానికి... మా సంకేతం పంపి... క్రిందకు వచ్చేసాం... మరీ... వారికి దగ్గరగా వెళ్ళటం బాగోదు కదా....'దగ్గుతున్నవారికి' దగ్గరగా వెళ్ళకూడదని కదా నీతి....

పావుగంట తరువాత... పెళ్లి పందిట్లో ఉన్నా మా దగ్గరకు వచ్చి ''అక్క పిల్చిందట కదా... చెప్పింది... ఆమెకు మధ్యాహ్నం అన్నంలో లడ్డూ వేయలేదట... కావాలంటేనూ...'' అని చెప్పుకొచ్చాడు... ఇంతలో నాకు నా 'అరిసె, 'మా హనుమంతుకు' 'సున్నుండ' గుర్తుకు వచ్చాయి.. గబగబా వంటగదిలోకి వెళ్ళాము... మాకు కావలసినవి తీసుకున్నాము... మా 'దగ్గుల' కోసం వెతికాము.. అబ్బే... చీకట్లో వారు కనిపించలేదు...

***

''నువ్వు నా పెళ్ళికి రావాలి.. సుమా... మీ అరిసెలు.. సున్నుండలు కూడా వస్తున్నాయి మరి...'' అన్నాడు రామకృష్ణ. పోస్ట్ కార్డు సైజు శుభలేఖ మా చేతిలో

పెట్టి... మేము ఉద్యోగ ప్రయత్నాలు చేస్తున్నాం. లెక్చరర్ పోస్టుకోసం ఏ.పీ.పీ.యస్సీ రాస్తూ... 'సరే' అన్నాం నవ్వుతూ..

వాడి పెళ్లి 'లడ్డూ'తోనే జరిగింది... కాంట్రాక్టులు చేసి బాగా 'బలిసాడు' అంటే బాగా సంపాదించాడని సుమండి.. నచ్చే బొమ్మలు దొరకవు, దొరికే బొమ్మలు నచ్చవనే ముళ్ళపూడి వారి వాస్తవం మా ఇద్దరి వివాహాలు నిజం చేసాయి.. తరువాత కాలంలో మరి...

ప్రస్తుతం వాడి కూతురు... వాళ్ళింటి ముందు హర్యానా జిలేబీలు వేసే కుర్రాడిని ప్రేమించిందట...

ఓ రోజు మా దగ్గరకు వచ్చి... ''ఇదేం ఖర్మరా బాబు... జిలేబీలు వాడిని ప్రేమించానంటుందని వలవల బోయి... విలవిలలాడాడు... మేము ఓదార్చేము. 'ఇప్పటి ప్రేమలు కేవలం తాత్కాలికం. నీవేమీ భయపడకు.. బాగా ఆటో నడిపేవాడినో, లేకుంటే దోశలు వేసేవాడినో చూపించు జిలేబిలు వేసేవాడిని మరిచిపోతుంది... వర్రీ కాకు.. సరదాగా అన్నాములే.. నీ లడ్డు ప్రేమ గుర్తుకు వచ్చి.. నీకు బాగా తెలిసిన.. బలిసిన... కాంట్రాక్టర్ సంబంధం చూడు... ఓ నాలుగు రోజులు కారులో తిప్పు... దశపల్లా.. నోవాటెల్‌లో భోజనాలు అలవాటు చేయించు.. ఆ తరువాత... కథ చూడు...'' అన్నాము. ఇద్దరం ముక్తకంఠంతో... అతడు... శాంతించిన(?) మనసుతో వెళ్ళాడని మేమనుకున్నాము...

తరువాత ఆరు నెలలకు ఓ పెళ్లి కార్డు తో వచ్చాడు... ఆనందంగా.. తన కూతురితో... ఆ పిల్లే... ''మీరు తప్పకుండా రావాలంకుల్... కరోడ్‌పతి మా మామయ్య.. నా ఉడ్‌బి అమెరికాలో ఎం.ఎన్ .సి.లో సి.ఈ.వో... పెళ్లి తరువాత... అమెరికా వెళ్ళిపోతా.. మీ బ్లెస్సింగ్స్ కావాలి..'' అని నా కాళ్లకు నమస్కరించింది...

మెల్లగా.. ఆమె.. ‘‘చెవిలో మరి జిలేబీలు ఏమయ్యాయి’’ అన్నాను... ‘‘పోండంకుల్... ఇప్పుడు జిలేబీలేమి తింటాం... పిజ్జాలు, బర్గర్లు తప్పా’ అంది గడుసుగా... వాళ్ళాయన అమెరికాలో పిజ్జా కంపెనీ సి.ఇ.ఓ మరి...

ప్రేమ ఒక ఉద్వేగం... దీనిని అనుభవించేవారు ఎక్కువ.. ఆనందించేవారు తక్కువ.. లడ్డు ప్రేమలకు, జిలేబి ప్రేమలకు అదే తేడా...

మీరేమంటారు....!?

****

అమ్మకోసం

నవంబర్ నెల... అరకులో చలి ఎక్కువగానే ఉంటుంది. తరచూ వర్షం కూడా పడుతుంది.. ప్రస్తుతం పడుతున్నాది... కెఫె దగ్గర కారు ఆపాను.. టాప్ మీద వర్షం లయబద్ధమైన సంగీతం.. నాకిష్టం.. కాని.. ఇది సమయం కాదు.. సమయం.. ఉదయం.. పదిన్నర కావస్తున్నది.. పన్నెండుకల్లా నా మిత్రుడు చందూ చెప్పిన స్థలంలో ఉండాలి.. వేడి వేడి అరకు కాఫీ తాగాలనిపించింది.. ఇక్కడ ఆగాను..

"ఫోన్ రింగవుతున్నది.. వర్షం నుంచి.. మెల్లగా... షాపులోకి వెళ్ళాను.. కాఫీ ఆర్డరిచ్చాను.. ఫోన్ తీసాను చందూ 'ఎక్కడ' అన్నాడు.. చెప్పాను.. 'నువ్వు మారవు' అన్నాడు.. కాస్త.. నిష్ఠూరంగా.. మారేను.. కాని... ఎవరూ గుర్తించలేదు.. నాతల్లి కూడా...

కాఫీ తాగటం పూర్తి చేసి.. బిల్లు చెల్లించి.. కారులో కూర్చున్నాను. కారు.. చందూ చెప్పిన ప్రాంతంకి తీసుకు వెళ్ళి ఆపాను..

నా గుండె వేగంగా కొట్టుకుంటున్నాది.. గిల్టినెస్.. ఏదో చెప్పలేని ఆవేదన.. దాదాపుగా దశాబ్ధకాలంగా నేను అమెరికాలో ఉంటున్నాను. నేను.. నా భార్య కూడా ఐ.టి. జాబ్స్ లో దశాబ్ధ కాలంగా.. కుటుంబాలను... స్నేహితులకు అప్పుజెప్పేసాము...

ఏం తిన్నాం... ఏం చూసాం అన్నది ముఖ్యం కాదు.. మనసు విప్పి ఏం చెప్పుకున్నాం అనేది ముఖ్యం. అర్థం చేసుకున్నది ఎంత వరకు ఆచరిస్తాం అనేది ముఖ్యాతిముఖ్యం.. ఇటువంటి వ్యాఖ్యలు ఇప్పుడే ఎందుకు గుర్తుకు వస్తాయో.. సంపాదించే వేళ.. లగ్జరీ ఇళ్ళూ... హోటల్స్.. ఆల్కహాల్ పార్టీలు... ఆడా మగ కలిసి.. మె..ల..సి' నాగరికత క్రీనీడలో ఒళ్ళు మ..ర..చి..పో.. వ.. టం.. ఇదంతా సహజమే కదా..!

నిజమే.. సహజం కాని.. అసహజమే కదా.. జీవితం...

నేను నిశ్శబ్ధంగా.. చందూ ప్రక్కన నించున్నాను.. వాడు నాకు ఏమేమి.. ఎలా చేయాలో చెబుతున్నాడు.. ఇన్నాళ్ళకు నాకు ఓ తల్లి ఉందని.. ఆమె పట్ల నా బాధ్యత ఇదని.. వాడు గుర్తు చేస్తున్నాడు.

వాడు చెప్పినట్లు చేస్తున్నాను.. ఓ యంత్రంలా...!?

మామధ్య మౌనం.. మనసు విషాదాన్ని నింపుకొన్న వేళ మౌనం మాట్లాడుతుంది..

ఈ శ్మశానంలా... ఓ ఎం.ఎన్.సి నిర్మించినది.. ప్రజా సౌకర్యార్థం... డబ్బులు తీసుకుంటూ..

***

"అమ్మా నీకర్థం కావటం లేదు.. నాకంటూ కొన్ని గోల్స్ ఉన్నాయి. అవి నెరవేరాలంటే విమలను వివాహం చేసుకోవాలి" అన్నాను కాస్త గాట్టిగానే.. అమ్మ నిశ్శబ్ధంగా వడ్డిస్తున్నాది.. నాన్న రెవిన్యూలో పని చేసేవారు. రిటైరయిన తరువాత చనిపోయారు. అక్కకు యు.కె. సంబంధం చూసారు. ఘనంగానే చేసారు పెళ్ళి.. ఇంతవరకు నేను, అమ్మ మళ్ళీ అక్కను వాస్తవంగా చూడలేదు.. లాప్ టాప్ లో

తప్పా.. అందుకే నేను విమలను వివాహం చేసుకొని అమెరికా వెళతానంటే అమ్మ అంగీకరించటం లేదు.

"అక్క అలాగా.. నువ్వు ఇలాగ.. మరి నేను..' ఆమె మౌనంగానే అంది.. అమ్మ ఏడవటం నాకు గుర్తులేదు.. పోరాటమే ఆమెకు తెలుసు.. అక్క పెళ్ళి కోసం నాన్న చేసిన అప్పులు ఇళ్ళు అమ్మేటట్టు చేసాయి.. అప్పటికి నేను బి.టెక్ చేస్తున్నాను.. అమ్మ అప్పులవాళ్ళతో చేసిన యుద్ధం నాకు తెలుసు.. అందుకే నేనీ నిర్ణయం తీసుకున్నాను.. అమ్మను సుఖపెట్టాలి...

అమ్మకు నా కల గురించి చెప్పాను.. ఓ పదేళ్ళలో మేమిద్దరం.. ఇండియా వచ్చేస్తామని చెప్పాను.. మనిషి తానెలా బ్రతకాలనుకున్నాడో దాన్ని సపోర్టు చేస్తాడు తప్పా తనెలా బ్రతుకుతున్నాడో దాన్ని సపోర్టు చేయడు..

అమ్మ మౌనంగా ఉండిపోయింది.. నాకు తెలిసిన అమ్మ.. నిరాధారమైన స్థాయి నుంచి తనే ఆధారంగా నిలిచినదిగా ఎదిగిన అమ్మ.. కొడుకుని కాదనలేక.. వదులుకోలేక.. నిరాశగా మిగిలిపోయిన అమ్మ..

ఏ స్త్రీ జీవితమైనా ఒక మమకారాల చరిత్ర

అమ్మ ఇందుకు మినహాయింపు కాదు..

ఆ రాత్రి ఆనందంగా.. విమలకు ఫోన్ చేసాను..

చందూకు ఫోన్ చేసాను.. మరుసటి రోజు విమల చేతిని బలంగా పట్టుకున్నాను..

నా ప్రాణమైన.. నాకు ప్రాణం పోసిన బలహీనమైన ఆరు పదుల నా తల్లి చేతులను నా మిత్రుడు చేతిలో ఉంచాను..

నేను విమలతో అమెరికాకు.. అమ్మ చందూతో వృద్ధాశ్రమానికి..

మనసుతో సత్సంబంధాలు లేని మనిషి.. అనుభూతి వల్ల కానీ, ఆచరణ వల్ల కానీ సంతృప్తి చెందాలనుకుంటాడు. ఫలితాలు ఆలోచించడు. ఆ చర్య అతడిని శిఖరాగ్రానికైనా.. అథః పాతాళానికైనా తీసుకు వెళ్ళవచ్చు..

నాకు జరిగింది ఇదీ.. కాకుంటే జీవితం దిగజారిపో..యిం..ది'

***

"నా బిడ్డ.. పదిహేనేళ్ళకే వ్యసనపరుడై అమెరికా జైలుకి పోయాడు.. డ్రగ్స్ స్మగ్లింగ్ లో.. అందమైన నా విమల... నా అందాల భరిణే.. మానసిక జబ్బుతో ఆసుపత్రి పాలైంది.. నా వ్యాపారం... విస్తరించింది.. డాలర్ల వర్షం కురుస్తోంది.. కానీ.. నేనే.. నా గొంతు దుఃఖంతో పూడుకుపోయింది..

చందూ నావైపు సానుభూతిగా చూసాడు.. కాని.. వాడి కళ్ళలో తడిలేదు.. అసహ్యం కన్నా పై మెట్టు సానుభూతి.

అయినా.. అవన్నీ.. ఇక్కడ తర్కానికి నిలువవు.. చర్చించే ప్రదేశమిది కాదు..

రెండు రోజుల క్రితమే 'అమ్మ' పరిస్థితి విషమించిందని చందూ నాకు ఫోన్ లో చెప్పాడు. ఎండిపోయి.. శరీరం కుంచించుకు పోయి.. నల్లగా కమిలిపోయిన నా తల్లి శరీరం.. ను నేను చూసాను.. కాదు.. నా మిత్రుడు.. నాకు చూపించాడు..

ఇప్పుడు నేను చేయగలిగింది ఏమీ లేదు.. కోటి రూపాయలు పెట్టి కాశీలో ఆమె అస్తికలకు పిండ ప్రధానం చేయడం తప్పా.. నా కళ్ళలో కన్నీటి వర్షం..

చితిమీద ఉన్న అమ్మ పాదాలకు నమస్కరించాను.. ఏడ్చాను.. చిన్నపిల్లాడిలా.. చందూ ఓదార్చాడు..

ఎవరిపని వారు నిశ్శబ్ధంగా.. నిబద్ధతతో చేస్తున్నారు.. సంప్రదాయబద్ధంగా.. క్యాష్ కౌంటర్ మిగిలిన కార్యక్రమాలకోసం డబ్బులు కట్టేసాను.. అందరికి 'టిప్పు' కూడా ఇచ్చాను..

ఒక్కసారిగా నిస్సత్తువ ఆవహించింది.. మళ్లీ దుఃఖం తన్నుకు వచ్చింది.. కాలుతున్న చితి వైపు చూసాను.. లేచాను.. బాధగా.. ఆవేదనగా.., చందూ వారించాడు.. కసి తీరా ఏడ్చాను. పదేళ్ళ విషాదం.. వాడు ఓదార్చే ప్రయత్నం చేయలేదు.. ఒక గంట తరువాత.. అస్తికలను అందంగా.. అమెరికా వాడికి ఎలా ఇవ్వాలో 'అలానే' ప్యాక్ చేసి ఇచ్చారు..

చావును కూడా సంప్రదాయ బద్ధంగా.. వర్గాలవారీగా.. హోదాకు తగిన విధంగా అందజేస్తున్న వారి వ్యాపార సంస్కృతికి ఒక్కసారి నమస్కరించాను.. మరికొంత మొత్తం అదనంగా ఇచ్చాను..

ఇద్దరం బయటకు వచ్చాము..

నేను కోలుకున్నాను.. నేనో పాఠం నేర్చుకున్నాను..

కొన్ని జ్ఞాపకాలు మనని బాధిస్తాయి. వాటి నుంచి దూరంగా ఉండటమే మనం చేయగలిగింది..

ఇద్దరం కారెక్కాము.. చందూ ఇంటికి వెళ్దామన్నాడు. నేనే వద్దన్నాను.. రుద్ర భూమి నుండి స్నానం చేసినా.. తిన్నగా వారింటికి వెళ్ళడం నాకు నచ్చలేదు.. వాడి భార్యామణి మంచిదే.. నాలుగు దశాబ్ధాల మా స్నేహంలో ఒక తల్లిగా, సోదరిగా ఆమె నాకు చేసిన సేవలు నాకు గుర్తున్నాయి..

"వద్దులే.. నా రూముకు వెళ్తా.. పది రోజులు ముగిసాక వస్తాను.." అన్నాను. విచారంగా..

"సరే.. నేను సాయంత్రం వస్తాను రూముకి.. తరువాతి కార్యక్రమాలను గురించి పంతులును పిలిపించి మాట్లాడదాం సరేనా..' అన్నాడు..

ఇద్దరం.. కారులో బయలుదేరాం..

అరకు.. వాతావరణం దట్టమైన మబ్బులతో వర్షం వచ్చేలా ఉంది.. వాడిని దింపేసి.. నేను మళ్లీ కాఫీ కోసం కెఫేకి వెళ్ళాను.. అన్నం తినదలుచుకోలేదు..

షాపులో ఉండగా గట్టిగా వర్షం కురిసింది.. నేను ఓ గంటసేపు ఉండిపోయాను.. వర్షం తగ్గింది..

బయటకు వచ్చాను.. ఆకాశం నిర్మలంగా ఉంది.. గాలి చలిగా ఉంది.. నా కారు హరితా రిసార్ట్ వైపుగా వెళుతున్నాది..

***

గంట తరువాత రూముకు చేరుకున్నాను.. గది చల్లగా ఉంది.. రూము బాయ్ 'లంచ్ తేవాల సర్' అన్నాడు వినయంగా.. 'వద్దు.. మేనేజర్ ని రమ్మను మాట్లాడాలి' అన్నాను.అతను తలుపు వేసుకొని వెళ్ళిపోయాడు.. సమయం రెండు కావొస్తున్నాది..

మంచం మీద వాలిపోయాను.. మగతగా ఏదో జ్ఞాపకం..

అతడామె కడుపు మీద బలంగా కొట్టాడు

విలవిలలాడిపోయింది

మళ్లీ బలంగా తన్నాడు

నిలబడలేకపోయింది.. కళ్ళు నీళ్ళు తిరిగాయి

కడుపు నిమురుకుంటూ; ఇంకా ఎంతకాలం రా.

తొందరగా రా' అన్నది ఆప్యాయత నిండిన కంఠంతో..

నా కళ్ళంట... కన్నీరు.. ధారాపాతంగా..

అంతకన్నా నేనేమి చేయగలను...?

(యండమూరి వారికి క్షమాపణలతో... కృతజ్ఞతలతో)

****

తెలిసింది....తక్కువ

సాయంత్రం ఆరు గంటలు కావస్తున్నది. శ్రావణ మేఘాలు దూరంగా గర్జిస్తున్నాయి. గాలి మెల్లగా వీస్తున్నది.

ఫోన్ మ్రోగింది - చలపతి,

తీసి, “చెప్పురా.. ఏంటి సంగతి?” - అడిగాను.

"రాగలవా?" - వాడి ప్రశ్న.

"ఎక్కడికి?" - నా ప్రశ్న.

"ఋషికొండ బీచ్ దగ్గరకు" - వాడి సమాధానం.

"ఎందుకు?" - నా ప్రశ్న.

"తీరుబడిగా మాట్లాడుకుందాం.. ఆదివారమే కదా.. రా.. తెన్నేటి పార్కులో ఓ సన్నాసి ఉపన్యాసం ఉందట.. కుటుంబం.. మానవ సంబంధాలు అనే అంశంపైన.. అది కాస్త విని.. ఆపైన నాగోడు విందువుగాని.. పది నిమిషాల్లో ఉండాలి..”

"నాయనా చలపతీ పది నిమిషాలు కాదు.. అరగంట పడుతుంది.. కావాలంటే.. ఒక గంట ఎక్కువసేపు కూర్చుందాం సరేనా?" అన్నాను

నేను బట్టలు వేసుకుంటున్నాను.

నా భార్య సరోజ వచ్చి, "చలపతి అన్నయ్యనుంచా ఫోన్?" అంది.

అవును” అన్నాను.

"వేగిరంగా రండి" అంది.

"అలాగే" అని బయటపడ్డాను.

టూ వీలర్ తీసి రోడ్డు మీదకు వచ్చాను. ఆదివారమైనా రద్దీగానే ఉంది. బంద్ వలన దుకాణాల పెద్దగా తీసిలేవు. సినిమా హాల్స్ వద్ద జనం పెద్దగా లేరు. సిటి బస్సులు తిరగటంలేదు. ఆటోలు వాళ్లు వాళ్ల నాలికల మీదకు ఆ సమయానికి ఏ అంకె వస్తే అదే చెబుతున్నారు. అర్జంట్ అనుకున్న వారు వెళ్తున్నారు. లేనివారు కార్యాలయాలకు శెలవు పెడుతున్నారు.

అసలు చలపతి ఎందుకు రమ్మన్నట్టు?

చలపతిది, నాది పాతిక సంవత్సరాల స్నేహం. అతనో గెజిటెడ్ అధికారి, జీపు.. హోదా అన్నీ ఉన్నాయి. నేనో సామాన్యమైన ఉపాధ్యాయున్ని అయినా మా మధ్య ఏనాడు స్నేహం చెడిపోలేదు. ఆఫీసులో మాత్రమే అతను అధికారి.. నా దగ్గర కేవలం చలపతి. నాబాల్య మిత్రుడు మాత్రమే! ఆలోచనల మధ్య బీచ్ చేరుకున్నాను. చలపతి సిద్ధంగా ఉన్నాడు.

"పద.. సన్నాసి మీటింగ్ కు వెడదాం" అన్నాడు.

"చూడు చలపతి సన్నాసి.. సన్యాసి అనే పదాలకు విస్తృతమైన అర్థాలున్నాయి. నీవు, నేను సన్నాసులం. తపస్సు చేసి దివ్యత్వం సంపాదించుకొన్నవారు సన్యాసులు. అటువంటివారు వర్తమానంలో లేరు. ఇప్పుడున్నవారంతా మాటలను అమ్ముకొంటున్నవారు. సరే.. ఏదో కుటుంబం అన్నావు కదా.. పద విందాం" అన్నాను.

ఇద్దరం ఆ ప్రాంతానికి చేరుకున్నాం. జనం తండోప తండాలుగా ఉన్నారు. వేదికపైన పట్టుబాలీసులు, సుగంధ ద్రవ్యాల పరిమళం, అగరొత్తులు వాసన మత్తుగా ఉంది. నాలుగు ఏ.సి. మిషన్లు ఏర్పాటు చేసారు. సన్యాసిగారు తన పది వేళ్ళకున్న పన్నెండు ఉంగరాలను, మెడలోని గొలుసు, మంద గొలుసులను వీడియో కెమెరా ముందు ఆడిస్తూ చిద్విలాసంగా మాట్లాడుతున్నాడు.

"ప్రాచీన చరిత్రను, పురాతన సమాజంలోని కుటుంబ వర్గీకరణలను మనం తెలుసుకోవాలి. కుటుంబాలు ప్రధానంగా అయిదు రకాలు. మొదటిది రక్తసంబంధీకుల కుటుంబం.. మలియన్ కుటుంబం బంధుత్వ అనుబంధాలతో ఏర్పడింది. రెండవది పునాలన్, తురానియన్, గణోవానియన్ వ్యవస్థను సృష్టించింది. తరువాతది దంపతీ కుటుంబం. ఇది ఆర్యన్ సెమిటిక్ యురాలియన్ వ్యవస్థను సృష్టించింది. సింథియస్మియన్ పేట్రియార్కల్ కుటుంబాలు మధ్యతరంలోనివి. వీటిని గురించిన సమగ్రమైన వివరాలు రేపటి సమావేశంలో వివరిస్తాను. ఇక్కడ మరో అంశం గురించి చెప్పుకోవాలి. గృహస్థు అనేవాడు తనకు తెలియకుండానే.. తెలిసి కూడా ఐదు జీవహింసలు చేస్తుంటాడు. వీటిని పంచసూనాలు అంటారు. వాటి పరిహారం కోసం మరల ఐదు యజ్ఞాలు చేయాలట. వంట చేసే పొయ్యి, కట్టెలు, రుబ్బురోలు, రోకలి, నీళ్ల బిందె ఈ ఐదు హింసా స్థానాలుట, నిజమే కదా వీటి బారిన పడని కుటుంబీకులు లేదు కదా వర్తమానంలో.."

అందరూ గట్టిగా నవ్వారు. నేను చలపతి కూడా నవ్వుకున్నాం.

అంటే గృహహింస.. పురుషుల కోసం.. అనాడే ఉందన్నమాట.. అందుకే కామోసు.. ఋషులు.. ఇతరులు.. యజ్ఞాలు.. యాగాలు అని ఏవేవో కార్యక్రమాల పేరుతో ఊర్లంట తిరిగేవారు.

నాకు నవ్వు వచ్చింది..

"ఎందుకు నవ్వుతున్నావు?" అన్నాడు చలపతి బుర్ర తడుముకుంటూ.

"ఏమిలేదు.. ఆయన చెప్పిన ఐదు హింసా స్థానాలు నీ బుర్ర మీద కూడా నడిచాయేమోనని" ఇద్దరం నవ్వుకున్నాం.

స్వామిజి ఐదు యజ్ఞాలు గురించి చెప్పడం ప్రారంభించారు.

ఇతరులకు బోధించడం బ్రహ్మయజ్ఞం, తర్పణాలు ఇవ్వటం పితృయజ్ఞం, దేవతల నుద్దేశించి హోమాలు చేయటం దేవయజ్ఞం, అల్పజీవులకు ఆహారం వేయటం భూతయజ్ఞం, అతిధులను పూజించటం మనష్య యజ్ఞం. "పద పద.. నాకు నవ్వు ఆగటంలేదు" అని నేను చలపతిని లేవదీసాను.

ఇద్దరం గుంపులోనుంచి బయటకు వచ్చాము.

"ఎందుకానవ్వు?" - చలపతి ప్రశ్న.

"చెప్పేదా..?" - అడిగాను.

"చెప్పు" అన్నాడు చలపతి.

"ప్రస్తుతం ప్రతీ కుటుంబంలో ఐదు యజ్ఞాలు బ్రహ్మాండంగా జరుగుతున్నాయి. అసలు కుటుంబ వ్యవస్థ క్రమంగా విచ్ఛిన్నమవటానికి మనువు చెప్పిన ఈ ఐదు సూత్రాలను మన గృహిణులు.. కొండకచో మనం.. ఆచరింటమే కారణమంటాను"

"ఎలా?.. అర్ధం కాలా.." - చలపతి ప్రశ్న.

"చెబుతా.. పద.. అలా ఇసుకలో కూర్చుందాం. ఒకటి ఇతరులకు చెప్పటం. మన ఇళ్లలో వినేవారేరి? అందరూ చెప్పేవారేకదా! శ్రార్ధాలు, తర్పణాలు రోజూ జరుగుతున్నాయి. రోజుకో దినమని మనమంతా ఇంత పిండం క్యారేజీలో వేసుకొని పరుగులు తీస్తున్నాం కదా! ఒకరి మీద ఒకరు చాడీలు చెప్పుకొంటూ నిత్యం అగ్నిలో

సమిధలు వేస్తూ కుటుంబ తగాదాలకు హోమం రాజేస్తున్నాం కదా.. ఆరని రావణ కాష్టాలు కనిపించకుండా.. ఉమ్మడి కుటుబాలను కాల్చివేస్తున్నాయి కదా.. మనుషులకు పచ్చడి మెతుకులు పడేస్తూ. కుక్కలకు మాంసముక్కలు వేస్తున్నాం. వృద్ధులైన తల్లిదండ్రులకు ఇంతన్నం వేళకు పెట్టంకాని చీమలకు పంచదార వేస్తున్నాం కదా! తన వారింటి అతిధులకు గృహిణులు చక్కగానే సేవలు చేస్తారు. మన వారి దగ్గరకు వచ్చేసరికి.. అదన్నమాట ఐదు యజ్ఞాలు వివరాలు"

"మా ఇంట్లో జరుగుతున్న తంతు ఇదే కదా.." సడన్ గా గాంభీర్యం చోటు చేసుకొంంది చలపతి మాటల్లో. సమయం రాత్రి ఎనిమిది కావస్తున్నది.

గాలి చల్లగా ఉంది.

చలపతి మౌనంగా ఉన్నాడు. ఏదో బాధను నొక్కిపెడు తున్నట్లుగా ఉంది. ఇప్పుడో, మరో క్షణమో బరస్టు కావచ్చు. "చెప్పు.. ఏం జరిగింది?" - అడిగాను.

"మధ్యాహ్నం మా ఆవిడ, మా మరదలు తన్నుకొన్నారు. బి.పి. పెరిగి మా నాన్నగారికి పెరాలసిస్ అటాకయింది. -ఆసుపత్రిలో జాయిన్ చేసాం.. సర్దుకొంది. ప్రస్తుతం బాగానే ఉంది..."- చెబుతూ కళ్లు ఒత్తుకున్నాడు చలపతి. మగాడు ఏడవటానికి సమాజం లైసెన్స్ ఇవ్వలేదుమరి!

"అసలేం జరిగింది?" - అతనికి దగ్గరగా జరిగి అడిగాను.

అతను చెప్పటం ప్రారంభించాడు.

***

"బియ్యం ఒక బస్తా, పంచదార పదిహేను కేజీలు, కందిపప్పు పది కేజిలు, పెసరపప్పు పది కెజిలు, నూనె పది లీటర్లు-టిన్, మైసూర్ శాండిల్ సబ్బులు ఇరవై, రిన్ సబ్బులు నలభై, సర్ఫ్ ఫౌడర్- పది కేజిలుది ఒకటి.. దీనికి బకెట్ ఆఫరుంది

మర్చిపోవద్దు. క్లోజప్ ఎంత పెద్దది ఉంటే - అవి ఓ నాలుగు" - చలపతి భార్య నెలవారి సరుకులు లిస్టు చెబుతున్నాది.

చలపతి రాయకుండా కూర్చున్నాడు.

"ఏమండి.. రాయటం లేదు"

“ఏమిటిదంటే.. మనం కొంటున్నది మన కోసమా.. షాపు పెట్టుకోవటానికా?"

"ఇంట్లో ఉంటున్నది పది మందిమి. ఉదయం లేచిన దగ్గర నుంచి రాత్రి పొద్దుపోయేవరకు అందరికి దవడలు ఆడుతుండాలి. అందరు నీట్ గా ముస్తాబవాలి. ఎవరి చీరలు, చొక్కాలు, లంగాలు, బ్రాలు నలగకూడదు"

“ఏంటా మాటలు.. అసహ్యంగా" అన్నాను నేను.

"ఎందు కసహ్యం? మన పిల్లలు, వారి పిల్లలు.. అంతా ఇంజనీర్లుగా చదువుకొన్నవారే కదా! అందరికి మన సంపాదనే కదా.. వారేం చేస్తారు.. తింటారు.. టి.వి.లు చూస్తారు.. కొన్నారుగా పెద్ద ఎల్.ఇ.డి.లు.. హాయిగా ఏ.సి.లు వేసుకొని చూస్తుంటారు.. నేను వంటగదిలో.. మీరు ఆఫీసులో.."

ఆమె ఆ మాటలు ఎవరిని ఉద్దేశించి అంటున్నాదో చలపతికి తెలుసు.

చలపతి ఇంట్లో అతని తమ్ముడు, భార్య, పిల్లలు -అమ్మ, నాన్నతోపాటు చలపతి ఇద్దరు పిల్లలు - వెరసి పదిమంది ఉంటారు. వారిదో ఉమ్మడి కుటుంబం. బయట అందరూ చూస్తుండగా మాత్రమే.. చలపతి తమ్ముడు ఒక పెట్రోల్ బంకులో పనిచేస్తుంటాడు. సంపాదన అంతంత మాత్రం. ఖర్చులు దాదాపు చలపతివే! ఈ విషయంలో అక్కాచెల్లెలు రోజుకు కనీసం ఆరుసార్లయినా చేతులు చాపుకుంటూ, కాళ్లు విసురుకుంటూ 'గుండమ్మ కథ' సినిమాలో ఛాయాదేవి, సూర్యాకాంతంల మాదిరిగా అరుచుకొంటూ ఉమ్మడి కుటుంబాన్ని బందెలదొడ్డిగా మార్చేస్తారు. కాని

బయటి ప్రపంచం వారిద్దరు సీతాలక్ష్మణులని, వాళ్ళ నాన్న అమ్మలు సాక్షాత్తు దశరథుడు, కౌసల్య వంటి వారని అంటుంటారు. కనుక గత పది సంవత్సరాలుగా రోజూ తలుపులు వేసి, పాటలు పెట్టుకొని లేదా టి.వి. సౌండ్ పెంచుకొని బారలు చాపి కేకలేసుకుంటారు. తల్లిదండ్రులకు ఇదేదో ఉచితంగా లైవ్ గా వస్తున్న టి.వి. సీరియల్గా ఉందని వారిని విడదీయటం కాని, ఆపటంగాని చేయరు. ఎవరి ఆనందం వారిది మరి! రాత్రి భర్తలు ఇంటికి రాగానే (ఎవరి భర్తలు వారి దగ్గరకు అని నా భావన) ఉదయం నుంచి జరిగింది - లాంగ్ ఎపిసోడ్ స్పెషల్ ప్రోగ్రాంలాగా - రాత్రి పన్నెండు వరకు చెబుతూ వారు నిద్రపోరు.. వీరిని నిద్రపోనీయరు. సమాజం కోసం వారు గుంభనంగా ఉమ్మడి సంసారాన్ని నెట్టుకొస్తున్నారు. కాని కోపం, ఋణం ఎవరి కోసం ఆగవు. అవి క్రమేపీ పెరిగి పెద్దవై కాన్సర్ లాగా మనుషులను మానసికంగా చంపుతాయి.

ఈ రోజు జరిగిందదే!

అసలు కారణాల వేరే ఉన్నాయి. అవి ఏమిటంటే -చలపతి తమ్ముడు భార్య ఉదయం ఏడు గంటలకు లేస్తుంది. మరి పిల్లలకు, పెద్దలకు కారేజిలు ఎవరు సర్దుతారు? నెలవారి వెచ్చాలకు కనీసం పాతిక వేలు అవుతాయి. అన్నదమ్ములిద్దరూ సమానంగా కాకున్నా పావు, ముప్పావు వంతయినా సహాయం చేయాలికదా! చేయరు. 'బావగారికి జీతం కన్నా నాతం ఎక్కువ కదా.. నాతాన్ని తమ్ముడి భాగం అనుకొంటేసరి' అని ఓ పుల్ల విరుపు మాట మరదలు నోటి నుంచి వస్తుంది. ఆమెకు కనీసం వారానికి రెండు ఫెయిర్ అండ్ లవ్లీలు, మరెన్నో సౌందర్య సాధనాలు అవసర మవుతాయి. వాటి కోసం మగని డబ్బును వాడుతుంది. చలపతి భార్యకు సహజంగానే ఇవన్నీ కష్టంగా ఉంటాయి. చారు పోపు దగ్గర నుంచి రూపాయి

పతనం వరకూ వారికి అన్నీ సమస్యలే! అరుచుకోవటానికి ఈ రోజు కథ క్లైమాక్స్ చేరింది. కొట్టుకున్నారు.

"ఏం చేద్దామనుకుంటున్నావు?" - చలపతిని అడిగాను. ".."

చలపతి బంతిని నా దగ్గర పడేసాడు. ఇతరుల సంసారం గొడవల్లో తల దూర్చటమంటే కృష్ణా జలాల పంపిణీ సమస్యకు పరిష్కారం చెప్పడమంత తెలివితక్కువతనమని నా అభిప్రాయం.

"వేరు కాపురాలు పెడదామనుకుంటున్నాము"

"మంచిదే! అప్పుడు అరబస్తా బియ్యం, ఐదు కేజీల కందిపప్పు మిగులుతుంది" సరదాగా అన్నాను, వాతావరణాన్ని తేలిక చేస్తూ.

"నిజమే కాని.. ఎన్నాళ్లీ టార్చర్ భరించటం? నావల్ల కాదు. కొంపలో ప్రశాంతంగా లేదు. నవ్వి కొన్ని సంవత్సరాలైంది. నా భార్యతో ప్రేమగా మాట్లాడి దాదాపు రెండు సంవత్సరాలవుతుంది. వాడి పిల్లలు, నా పిల్లలు హైదరాబాద్లో ఉన్నారు. అయినా. వారంలో మూడు రోజులు ఇక్కడే ఉంటారు. అందుకే ఈ నిర్ణయం"

“మంచిదే.. కాని సమాజంలో మీ పేరు ప్రఖ్యాతులు.. రామ లక్ష్మణులనే పేరుంది కదా! దానికి డామేజ్ రాదా?" అన్నాను కాస్త వ్యంగ్యంగానే.

"మనిషి డామేజ్ అవటం కన్నా పేరు డామేజ్ కావటమే మిన్న"

"బాగుంది కాప్షన్. క్యాచీగా ఉంది"

"మంచి సలహా చెప్పు" - చలపతి అడిగాడు "రేపటి నుంచి మీ ఇద్దరి అన్నదమ్ములు అరుచుకోండి. రివర్స్ మానేజిమెంట్.. ఎలా ఉంది?" అన్నాను.

“సరదాగానా? సీరియస్ గా చెబుతున్నావా?"

"సరదాగానే.. నీకొక విషయం చెప్పనా.. కేవలం నీ దృష్టి నీ తమ్ముడి వైపు నుంచి ఉంది, కాని నీవు, నీ భార్య నీ తల్లిదండ్రులు - ఆ దిశగా ఆలోచించు. నిజమే! నీ సంపాదన కన్నా మీ వాడిది తక్కువే.. వాడి భార్యది తప్పే.. కాని ఏనాడైనా అందరూ కూర్చొని ఈ విషయాలు చర్చించుకున్నారా? కనీసం నీవు, మీ తమ్ముడైనా.. కేవలం భార్యల మాటలు విని ఉమ్మడి కుటుంబాన్ని విడదీసుకుంటామా చెప్పు. ఒక ఆంగ్ల కవి ఏమన్నాడో తెలుసా? తన తోటి వారిని పట్టించుకోని వ్యక్తి, జీవితంలో ఎన్నో అవస్థలను ఎదుర్కొంటాడు. ఎదుటి వారికి ఎన్నో అవస్థలను కలుగ జేస్తాడు. మనుష్యుల అపజయాలన్నీ ఇలాంటి వ్యక్తుల నుంచే పుడతాయి"

"నీవు చెప్పినది బాగానే ఉంది. కాని నేను వాడితో కూడా మాట్లాడాను. వాడేమన్నాడో తెలుసా?"

"ఏమన్నాడు?"

***

రాత్రి ఎనిమిది గంటల సమయం.

ఇంటి డాబాపైన చలపతి, అతని తమ్ముడు కూర్చున్నారు.

"అన్నయ్యా! నీవు చెప్పదలుచుకున్నది సూటిగా చెప్పు"

"చూడు.. మన ఇంటి అవసరాలకు తగిన ఖర్చులు నిమిత్తం ఎంతవుతున్నాదో నీకు తెలుసు. నీ వెంతిస్తున్నావో కూడా నీకు తెలుసు. మనిద్దరి భార్యలు పోటీలు పడి ఫెయిర్ అండ్ లవ్లీ ముద్దలను ముఖాలకు దట్టిస్తూ మొద్దుల్లా తయారవుతున్నారు. కేజీల కేజీల పప్పులు, బియ్యం, పంచదారలు తిని లేజీగానూ తయారవుతున్నారు. కనుక ఇహపై నీ వాటా కూడా పెంచాలి"

"అన్నయ్యా! నేను ఇవ్వలేనని నీకు తెలుసు. నా భార్య ఖర్చులను తగ్గించలేను. దానికి చెప్పలేను. అది సంపన్న ఇంటి నుంచి వచ్చింది. దాని కట్నం డబ్బులు ఏమయాయని నిన్ను, నాన్నను అడగలేదు. దాని నగలు ఏ దొంగలు పట్టుకెళ్లారో, ఇల్లు ఎలా కట్టుకున్నావో కూడ నేను నిన్ను అడగను. అమ్మ నాన్నలు తీర్థయాత్రలకు వెళ్లినప్పుడు దాదాపు పాతిక వేల రూపాయిలు ఎవరి ఖాతా నుంచి విత్ డ్రా అయ్యాయో ఇప్పుడు చర్చించుకోనవసరం లేదు. అందుచేత అన్నయ్యా! మనం వాటాల కోసం కాకుండా ఇంకేమైనా మాట్లాడుకుందాం సరేనా?" అన్నాడు. కూల్ గా.

అంతలో చలపతి నాన్నగారు మేడ మీదకు వచ్చారు.

"ఏంట్రా మాట్లాడుకుంటున్నారు?"

"ఏమీలేదు నాన్నా! కుటుంబ భారాన్ని తానొక్కడే మోయలేకున్నాడట. నన్ను సహాయం చేయమంటున్నాడు. నా సంగతి నీకు తెలిసిందే కదా! అదే చెబుతున్నాను" వాడి మాటల్లోని విసురు చలపతికి తగిలింది.

"ఓరే పెద్దోడా! మేము బ్రతికి ఉన్నంతకాలం ఇలా అందరం కలసి మెలసి బంధువర్గంలో మంచి పేరుతో వెళ్ళిపోదాంరా. మేము హరీ అన్నాక నీ ఇష్టం. సరేనా! అయినా నా పెన్షన్ కూడా నీకే ఇస్తున్నాను కదా.. చాలదంటే చెప్పు అమ్మ మెళ్ళో తాడు అమ్మేద్దాం. ముసలి దానికి చివరి రోజుల్లో బంగారం అవసరమంటావా? రండి.. భోజనాలకు వెళదాం"

ముగ్గురు క్రిందకు వచ్చారు. అందరూ మౌనంగానే భోజనాలు ముగించి ఎవరి గ..దు..ల్లోకి వారెళ్ళారు.

***

"ఇప్పుడు చెప్పు నేనేం చేయాలో.. నేనో రాజనాల లాగ... త్యాగరాజు లాగ.. వారి కంటికి కనిపిస్తున్నాను"- చలపతి ఆవేదన.

"పిచ్చినాన్నా! నిజజీవితంలో సినిమాల్లోలాగా విలన్స్ ఉండరు. ఎవరి వాదన వారిది. అందరి వాదన కరక్టే! వాదన అనేది రెండు వైపులా పదునున్న కత్తి లాంటిది. కూరగాయలు తరగొచ్చు, కుత్తుకలూ కోయొచ్చు"

"నీ వ్యంగ్యం బాగుంది. విషయం చెప్పు. ఏం చేద్దాం?"

"సరే! అయితే విను. చిన్న చిన్న చర్యలే పెద్ద భవితవ్యానికి పునాదులు. అందరితో మాట్లాడు. అందరి మాటలు విను. వారికేదిష్టమో తెలుసుకో. వాళ్ళ అభిప్రాయాలను జాగ్రత్తగా విను. సరైన అవగాహన ఏర్పరుచుకో. తను ఈదే నీరు ఎలా ఉందో ఆఖరుగా గమనించేది చేప. నీ నిర్ణయం నీవు తీసుకో"

"చేప మాట బాగుంది. కాని ఇరుగు పొరుగు.. మాటపడతానేమో"

"నీకు నీ కుటుంబం కావాలా? ఇరుగు పొరుగు పొగడ్తలు కావాలా?"

"నా కుటంబం"

"కదా! కనుక మెదడుతో ఆలోచించు. మనసుతో పనిచేయి"

"ఏంటో సినిమా డైలాగుల్లా ఉన్నాయి. ఆచరించగలమా?" - చలపతి సందేహం.

"ఈ రోజుల్లో చిన్న కుటుంబాలు ఎందుకు ఎక్కువ అవుతున్నాయో తెలుసా?"

"తెలియదు. టి.వి. సీరియల్స్ ఆడవాళ్లు ఎక్కువగా చూడటం వలన అంటావా? లేదంటే మగవాళ్ళు మందు త్రాగి, పేపర్లు చదువుతూ ఉండిపోవటం వలనా?" - చలపతి నవ్వుతూ అన్నాడు. నవ్వగలిగినవాడు ఎన్నో సమస్యలను పరిష్కరించుకోగలడు.

“నీలో సెన్సాఫ్ హ్యూమర్ ఎక్కువగానే ఉంది. కుటుంబాల్లో నిజాయితీ, శ్రమజీవనం, పట్టు వదలని తత్వం, విశ్వాసం, ధైర్యం, అణకువ వంటివి లేకపోవటం. ఆఫ్కోర్సు టి.వి.లు చూడటానికి, షాపింగ్లు చేయటానికి, ఫేషియల్ చేయించుకోవటానికి కొందరి ఆడవాళ్లకు.. పార్కుల్లో.. ఆఫీస్ కేబి న్స్ లో కూర్చొని సొల్లు కబుర్లు చెప్పటానికి మనకు అవన్నీ ఉంటాయి”

“బాగుంది. అయితే ఏం చేయాలి?" - చలపతి మళ్ళీ అడిగాడు.

“చెబుతాను. పద.. తొమ్మిది అయిపోతున్నాది. వెళుతూ మాట్లాడుకుందాం”

బీచ్ క్రమంగా నిర్మానుష్యమౌతున్నాది.

రాత్రి పదకొండు దాటిన తరువాత క్రొత్త సంస్కృతికి తెర లేస్తుంది. అర్ధరాత్రి పుట్టిన రోజులు పార్టీలు, పెళ్లి, షష్టిపూర్తి మహోత్సవాలు, విందు-మందు, గానాబజానా లతో మొదలవుతాయి. న్యూక్లియస్ కుటుంబాలు అరువు తెచ్చుకొన్న నాగరిక సంస్కృతిని ముఖాలకు పులుముకొని మేము ఎంత ఆనందంగా ఉన్నామో చూసారా అని సభ్య సమాజానికి అర్ధరాత్రివేళ కేకలేస్తూ, కేకులు కట్ చేస్తూ చెబుతారు. సమాజం గుంభనంగా నవ్వుకుంటుంది. మాకు తెలుసర్రా.. మీ అరుపుల్లోని ఆర్తనాదాలు - అవి చెప్పే అర్ధాలని.. విషెష్ చెబుతోంది. మాయమవుతున్న ఉమ్మడి కుటుంబాల వ్యవస్థ స్థానే నేనూ, నా కుటుంబం అనే చిన్న కుటుంబాలు ఏర్పడుతున్నాయి. నా అనేవారు లేక, నా అన్నవారు ఎవరో తెలియక.. నాకు, మీకు మధ్యనున్న తెరను చింపలేక.. సమాజ భయంతో.. చేతకాక.. నలుగుతున్న చిన్న కుటుంబాల వారసులారా మీ నటనకు జోహార్లు!!

"ఏమిటి ఆలోచిస్తున్నావు? - చలపతి ప్రశ్న. " ప్రిన్సిపుల్ ఆఫ్ అలైన్మెంట్ గురించి" అన్నాను.

"అంటే..?"

"భవిష్యత్ దర్శనం గురించి.. నీకో చిన్న పిట్టకథ చెప్పి ముగిస్తాను. తరువాత నీవు ఆలోచించు. నీవేం చేసినా నా వంతు సహాయం చేస్తాను. భారతీయ సంస్కృతి ప్రకారం భూమీ్మద ఉన్న ప్రజలందరూ ఒకప్పుడు దేవుళ్ళే! దాంతో వాళ్ళ వాళ్ళ శక్తిని దుర్వినియోగం చేయసాగారు. అప్పుడు బ్రహ్మ వాళ్ల నుంచి శక్తిని తీసుకొని ఎక్కడ దాచాలా అని ఆలోచించాడు.

ఎక్కడ దాచినా మనిషి వెతికి పట్టుకోగల ధీశాలి.. సాహసి. అందువలన బ్రహ్మ బాగా ఆలోచించి దానిని ఒక చోట దాచాడు.

దానిని కనుగొన్నవారు దానిని వాడుకొని సుఖంగా ఉన్నారు.

కనుగొనని వారు ఇంకా విచారంలోనే మునిగి ఉన్నారు.

చిన్నకుటుంబాలు ఈ నేపథ్యంలోనే నిర్మాణం చేయబడుతున్నాయి"

"ఇంతకీ ఎక్కడ దాచాడంటావు?" చలపతి ఆత్రంగా అడి గాడు.

"ఆలోచించు.. వస్తాను" అని ఇద్దరం మా వాహనాల వద్దకు వచ్చాము. నేను, అతను చెరో దిశగా బయలుదేరాం.

అతను ఆలోచిస్తున్నాడు.. ఆలో చిస్తాడు... ఆలోచించాలి కూడా!

వారం రోజులపాటు మేము కలుసు కోలేకపోయాము - చలపతి స్థానిక ఎన్నికల నిర్వహణాధికారిగా వ్యవహరించటం వలన.

వారం తరువాత ఓ రోజు చలపతి మా ఇంటికి వచ్చి ఒక శుభలేఖ ఇచ్చి వెళ్ళాడు.

" నేను, నా భార్య విప్పి చూసాము. కొమ్మాది ప్రాంతంలో ఒక క్రొత్త ప్లాట్ కొన్నాడు. దాని గృహప్రవేశానికి మమ్మల్ని రమ్మనమని ఆహ్వానం!

చలపతి కూడా బ్రహ్మశక్తిని దాచిన ప్రదేశాన్ని తెలుసుకోలేక పోయాడు.

చలపతిలాంటి వారు ఎందరెందరో ఉన్నారు. వారెన్నటికీ శక్తిని కనుగొంటారో మరి!?

****

పరుచుకున్న అనుభవం

"వస్తున్నప్పుడు ఊరి మొదటి వేపచెట్టే, వెళ్తూన్నప్పుడు ఊరి చివరి వేప చెట్టు అవుతుంది. రెండింటికి మధ్య ఆనంద, విషాదాల అనుభవం ఉంటుంది.."

జ్ఞాపకాలు కూడా అంతే...!

అనుభవించిన క్షణంలో ఆనందం.. కొంతకాలం గడచిన తరువాత ఆవేదన.. అయినా జ్ఞాపకాలు గనులు వంటివి.. తవ్వుతున్న కొద్ది.... దొరుకుతూనే ఉంటాయి....

***

కిరండోలు - విశాఖపట్నం పాసింజర్ మెల్లగా... కొండలవాలులో.. భూమి ఆకాశాల మధ్య మానవ మేధ నిర్మించిన... వంతెనల పైనుంచి కదులుతున్నాది..

విస్టాడాం కోచ్.. అశ్వీయుజమాసపు వెన్నెల... అద్దాల నుంచి ప్రకాశవంతంగా కనిపిస్తున్నాది... సమయం.. రాత్రి ఏడున్నర కావస్తున్నాది... అసలు... ట్రైన్ ఈపాటికి విశాఖ చేరుకోవాలి... అరకు స్టేషన్ కు రావటమే... ఆలస్యమయింది.... ఇంకా బొర్రా దాటనే లేదు... వెన్నెల... మబ్బులు... అక్కడక్కడ వాన.. ఏ.సి. చల్లగా ఉంది.. వెన్నెల అద్దాలలో నుంచి ఏటవాలుగా పడుతున్నాది. ప్రయాణీకుల కోరిక మేరకు.. డిం లైట్ లు మాత్రమే ఉన్నాయి... అందరూ

విశాఖలోనే దిగుతారు.. సీట్స్ మూడు వందల అరవై డిగ్రీల్లో తిరుగుతాయి.. ప్రకృతిని.. వెన్నెలను తనివితీర 'అనుభవించవచ్చు'...

***

నేను... అలా వెనుకకు జారాను... కనురెప్పల వెనుక ఏవో దృశ్యాలు... అస్పష్టమైన మాటలు... ఓ మృదువయిన పరిమళం.. మనసును పరవశానికి లోను చేస్తున్నది... "నన్ను మరచిపోయావా"... "మరి నన్నేమి కలవకుండా వెళ్ళిపోతున్నావు..." ఓ సన్నని మోహనరాగ వీణా నాద ధ్వని.. అవును.. సరోజ...

ఆమె మాటల్లోని మృదుత్వం.. ఆమె శరీరం వెదజల్లే ఆత్మీయ స్పర్శపు మాధుర్యం.. కాలి పట్టీల మువ్వల శబ్దం.. ఆమె జడలోని సంపెంగలు, మరువం కాక్ టయిల్ వాసన... నాకు తెలుసు.... నాకెంతో ఇష్టం...

అరకు నాకు క్రొత్తకాదు.. ప్రతీ వానాకాలంలో లేదా శీతాకాలంలో వెళతాను.. గాలిలోని కాఫీ వాసనలు.. ఇప్పపూల మంద్రమైన మత్తు.. అవిసెపూల అందాలు.. ఓ జీవితానికి సరిపడా 'రీఛార్జ్'ను ఇస్తాయి..

పద్మావతి గార్డెన్ లో ఒంటరిగా కూర్చున్న వేళ.. ఆమె నా దగ్గరకు వచ్చింది.. 'మీరు శంకరం.. కదా..." అని అడిగింది.. నా ప్రక్కన కూర్చొని.. ఆమె కళ్ళతో నవ్వుతుంది.. ఇరవై సంవత్సరాలు ఉంటాయి.. ఆమెలో ఏదో తెలియని అమాయకత్వం, గడుసుదనం కలిసి ఉన్నాయి... నాజూకుగా ఉంది.. నెమలి కంఠం రంగు లంగా.. బంగారు రంగు ఓణి... తెల్లని జాకెట్.. పెద్ద కళ్ళూ... మనిషి మాటల్లో చిలిపితనం.. ఓ హుందాతనం ఉంది... 'అవును ' అన్నాను వివశత్వంతో... అయినా.. జాగ్రత్త పడ్డాను.. ఆమె నవ్వింది... "నువ్వు మా అన్నపూర్ణక్క కొడుకువి కదా..." మళ్ళీ ఓ ప్రశ్న.. ఆమెకు నేను తెలుసు... నాకు ఆమె తెలియదు... తెలియదని చెప్పలేను...

గాలి చలిగా ఉంది.. ప్రక్కన అందమయిన అమ్మాయి. నేను తెలిసిన అమ్మాయి...

"నీ సంగతి నాకు అక్క చెప్పింది..."

"ఏమని అన్నాను..." ఆమె నా ప్రక్కకు చేరింది దగ్గరగా.. కొంచం దూరంగా జరిగి.. "నువ్వేమిటి ఇక్కడ " అన్నాను... "స్నేహితులతో పిక్నిక్ కి వచ్చాము.. లక్కీగా నువ్వు కలిసావు" అంది నవ్వుతూ.. నవ్వు హాయిగా ఉంది.. నైట్ క్వీన్ పరిమళంలా...

"ఎక్కడ ఉంటునావు..." అంది..

"హరిత రిసార్టు..." అన్నాను.. ఒ.కె. వస్తాను " దూరంగా వాళ్ళ స్నేహితులు వస్తున్నారు... డబ్బాలాంటి కెమెరాలతో...

ఆ రాత్రి... చలిగా ఉంది... హరితా రిసార్ట్ లో తిని.. అలా... బయటకు వచ్చాను.. ఎదురుగా సరోజ.. ఆశ్చర్యం, ఆనందం కలిగాయి... లాన్ లోని పచ్చగడ్డిలో కూర్చున్నా..

"మీరు కూడా ఇక్కడే ఉన్నారా..." అడిగాను.."అవును.." అంది...

"నేనంటే.. నీకిష్టమేనా.." అంది... నేను ఏమీ చెప్పలేకపోయాను... హఠాత్తుగా ఆ ప్రశ్న అయోమయంలో పడేసింది...

"నేను.. నరసింహమూర్తి గారమ్మాయిని.. తెలుసుగా తునివలసలో ఆయన గురించి.. కాని నా చదువంతా ఖరగ్ పూర్ లో జరిగింది.. మా మామయ్య బ్యాంకు మానేజర్.. సెలవులకి వస్తుంటా.. చాలాసార్లు నిన్ను చూసాను.. అప్పుడు నువ్వు చదువుకుంటున్నావుగా శ్రీకాకుళంలో.. అక్క చెప్పింది.. సంక్రాంతి సెలవులు, అమ్మవారి పండుగలకు వచ్చినప్పుడు.. నిన్ను చూసాను.. ఎందుకో.. నువ్వంటే ఇష్టం.. కారణం చెప్పలేను.. ఇప్పుడు.. ఇలా.. కలుసుకున్నాం.. బాగుంది.." ఆమె

నాకు దగ్గరగా గాలిలో ఏదో మార్పు.. ఆమె నాకు బాగా దగ్గరగా.. నా ఎదురుగా... అన్నీ గుర్తుకువచ్చాయి.. మా ఇద్దరి బాల్యం... తిరిగిన తోటలు... ఆమె చేయి... నా చేతిలో...

నువ్వు నా కౌగిలిలో - కలహంస ఒదిగినట్లు

నీ నవ్వు వెన్నెలలో - నెలవంక వొరిగినట్లు...

ఏడు అద్భుతాలు కలిసినట్టూ... దశవిధ నాదుల్ని ఒక్కసారి మీటితే..

"ఏ రూములో ఉంటున్నావ్ " అంది.. చెప్పాను.. "వచ్చేసేదా.." నన్ను టీజ్ చేస్తూ.. ఆమె కళ్ళలో... మాటల్లో స్వచ్ఛత... నా కళ్ళలోకి సూటిగా నవ్వుతూ.. వెలిగిపోతున్న ఆమె ముఖం.. ఆ వెన్నెల్లో.. పువ్వులు విరజిమ్మే మతాబు వెలుగులను చూస్తున్న.. అమ్మాయిలా..

'వద్దు ' అన్నాను.. 'అందుకే నువ్వంటే ఇష్టం' అని.. బుగ్గమీద ఓ ముద్దిచ్చింది... ముద్దు ప్రేమ ఇచ్చే ఆటోగ్రాఫ్...

ఒక పురుషుడిలోని అంతర్గతమైన ప్రతిభను గుర్తించి అతడిని ప్రేమించడానికి ఏ స్త్రీకైనా చాలా ఊహాశక్తి ఉండాలి..

సరోజ... అటువంటి స్త్రీ...

దూరంగా నవ్వులు వినిపించాయి.. ఆమె.. నా నుంచి దూరంగా జరిగింది.. చీకట్లో మా అవస్థ గమనించారో.. లేదో.. ఆ తరువాత మేము కలుసుకోలేదు..

ఆరు నెలలు తరువాత.. ఆమె నుంచి శ్రీకాకుళం కాలేజికి ఓ ఉత్తరం.. తనకు ఎవరితోనో పెళ్ళి జరిగిందని.. అంతే...

***

అద్దాల మీద... జోరుగా కురుస్తున్న వర్షం.. శబ్దం.. రైలు నెమ్మదిగా కదులుతున్నాది.. ఏదో టన్నెల్లోకి రైలు వచ్చింది... శబ్దాలు... బయటకు వచ్చింది...

వర్షం శబ్ధం.. కోచ్ లో అందరూ భయం భయంగా ఉన్నారు. అప్పుడప్పుడు ఉరుములు, మెరుపులు...

ట్రైన్ ఆగింది.. నా ఫోన్ మ్రోగింది..

"గుర్తున్నానా..." సరోజ గొంతు.. ఫోన్ కట్ అయింది...

నా ఉద్యోగం.. నా వివాహ వైఫల్యం.. అన్నీ గుర్తుకు వస్తున్నాయి. రైలు వేగమందుకుంది.. సమయం తొమ్మిది కావస్తున్నది.. ఎస్. కోట స్టేషన్ దాటింది.. వాన లేదు.. వెన్నెల మాయమయింది.. నగర నాగరికత నా ముందుకు వస్తున్నది.. కోచ్ లో సందడి మొదలయింది.. అందరూ ఫోన్ లో ఉన్నారు...

నా ఫోన్ రింగయింది.. ఓ అపరిచిత నంబర్... అయినా తీసాను..

"గుర్తున్నానా.." సరోజ గొంతు మళ్లీ వినిపిస్తుందా..!?... పోనీ నేను కాల్ చేస్తే.. వద్దు.. వివాహిత జీవితంలోకి ఓ పరాయి పురుషుడి పునఃప్రవేశం...?

అయినా.. దాదాపు పాతికేళ్ళ నాటి జ్ఞాపకాలు.. ఆమె బ్రతికి ఉందా? లేదా.. వివాహం.. సంసారం.. బిజిలో నన్ను మర్చిపోయి ఉండవచ్చు.. నాకెందుకో నవ్వు వచ్చింది.. కాని ఫోన్ లో.. ఆమె మిస్డ్ కాల్ ఉంది. రైలు వేగంగా పరుగులు తీస్తున్నది..

చీకటి.. వెన్నెలను మబ్బులు దాచేసినట్టున్నాయి..

నా విషాదాన్ని చందమామ చిలక్కొయ్యకు తగిలించానే, మళ్ళీ ఎలా వచ్చావు వెన్నెలా? అన్నట్టుంది రాత్రి.. ఎక్కడో చదివిన వాక్యాలు గుర్తుకు వచ్చాయి..

****

మాధుర్యం

'పరస్పర వ్యక్తిత్వాల ఎదుగుదల మీద, మార్పుల మీద, ప్రేమను వ్యక్తపరచే విధానాల మీద, గౌరవమున్నప్పుడే దాంపత్య జీవితం సఫలమవుతుంది' అన్నాను నేను... నా మిత్రుడు రామంతో...

సన్నగా వర్షం పడుతున్నాది.. ఆషాఢం ప్రారంభ రోజులు... అటువేడి...ఇటు సన్నని చినుకులు... చల్లదనం.. పెళ్ళయిన క్రొత్తలో కలిగిన ఎడబాటులా ఉంటుంది..

కాని.. మా మిత్రుల వయస్సు ఐదు పదులకు దాటి ఉంది...

'సిద్ధాంతాలతో కాపురాలు చేయటం సులభమా..." అన్నాడు రామం...

'కాదు... కాని... రెండు బ్రతుకుల మధ్య ఒక జీవిత కాలానికి కావలసిన బంధం నిలవాలంటే సిద్ధాంతాలు అవసరమే.." నన్ను నేను సమర్థించుకున్నాను...

'ఇంతకీ నా సమస్య ఏమిటంటే..." రామం చెప్పబోయాడు

"అమ్మ పుట్టిల్లు మేనమామకు తెలియదంటావా' అన్నాను నేను. మా మధ్య కొద్దిసేపు నిశ్శబ్దం... దూరంగా విశాఖ బీచ్ మౌనంగా ఉంది.. వాతావరణంలో అనిశ్చిత...నా మిత్రుడి మనసులాగానే... "చూడు.. నిరాశపడటం వలన పనులు జరగవు. కొంత కాలం ఆగు.. మనిషిలోని ఉదాసీనత, అసహనాలకు ఖచ్చితంగా ఓ వాస్తవ సంఘటన సమాధానం చెబుతుంద'ని అతని భుజంపై చేయి వేసాను..

అతను నవ్వాడు.. మరో అరగంట సేపు ఆ మాటా ఈ మాటా మాట్లాడుకొని.. బయలుదేరాం..

***

"రండి..." అన్నారు సైక్రియాటిస్టు శ్రీనివాస్.. నవ్వుతూ... అతని ముఖంలో నవ్వు భలేగా ఉంటుంది.. ఐదున్నరడుగుల అందగాడు... డబ్బు, కీర్తి రెండూ ఉన్నాయి... తెల్లని శరీరం.. చల్లని కళ్ళు... మెల్లని మాటలు.. నవ్వితే ఆడపిల్లలా సొట్టపడే బుగ్గలు...

నేను... గాయత్రి కూర్చున్నాం... గదిలో ఏ.సి. మెల్లగా ఉంది... చల్లగా ఉంది..

“చెప్పమ్మా... ఏంటి సంగతి...” అన్నాడు డాక్టర్ శ్రీనివాస్...

'పెళ్లి వద్దంటున్నది' అన్నాను నేను...

"తల్లి... నువ్వు చెప్పురా...” అన్నాడు శ్రీనివాస్ అనునయంగా

నా వయసు వాడే... శ్రీనివాస్ కూడా...

గాయత్రీ నా వైపు ఇబ్బందిగా చూసింది... డాక్టర్ శ్రీనివాస్ నా వైపు నవ్వుతూ చూసాడు... నేను గదిలో నుంచి బయటకు నడిచాను.

దాదాపు అరగంట తర్వాత... నన్ను లోపలకు రమ్మంటున్నారని... కాంపౌండర్ చెప్పాడు... గాయత్రి నవ్వుతూ నన్ను చూసింది...

"ఓ.కే... నేను చెప్పాను.. తను పెళ్లి చేసుకుంటానంటున్నది... అయితే కాస్త సమయం కావాలంటున్నది..కానీ.. పెళ్లి చేసుకునేందుకు షరతులు వర్తిస్తాయని చెబుతున్నది... వాటిని మీరు పరిశీలించాలి... నా బిల్ కౌంటర్లో కట్టేసి వెళ్ళండి..” అన్నాడు నవ్వుతూ...

నేను.. డాక్టర్ శ్రీనివాస్ వైపు ‘అదోలా' చూశాను..

అతను నవ్వుతున్నాడు... డాక్టర్స్.. లాయర్స్.. రాక్షసుల్స్.. అంతే అనుకుంటాను... తినే వస్తువు దొరికినప్పుడు నవ్వుతూ ఉంటారనుకుంటా....

నేను... నవ్వుకున్నాను...

గాయత్రిని వారింటి వద్ద దింపేసి, నేను ఇంటికి వెళ్ళిపోయాను...

మా ఆవిడ సరోజ 'ఏమైందండీ' అన్నది...

“పర్వాలేదు... పెళ్లి చేసుకుంటానంది" అన్నాను పొడిగా

'హమ్మయ్య... ఈ రోజుల్లో ఆడపిల్లల్ని పెళ్లికి ఒప్పించడం కన్నా పి.ఎం. కావడం సులభమండి' అంది... ఉండండి కాఫీ తెస్తాను' అంది... "వద్దు.. రాత్రి ఎనిమిది గంటల వేళ కాఫీ ఏమిటి? 'భోజనం' చేసేద్దాం అన్నాను...

నాకు ఒక్కర్తే కూతురు... పీ.జీ. అయిపోగానే పెళ్లి చేసేసాను... ప్రస్తుతం అల్లుడు, కూతురు బెంగళూరులో ఉన్నారు. వారి బ్రతుకు వారిది.. టీచర్ గా నాకు సర్వీసు ఉంది... గాయత్రి బాధ్యత నా పైన పెట్టాడు వాళ్ళ నాన్న... ఆమె తెలివైనదే... ఓ ప్రైవేట్ కళాశాలలో లెక్చరర్ గా చేస్తున్నది... గాయత్రి అక్క సుచిత్ర... ప్రేమ వివాహం చేసుకుంది.. తప్పు కాదు.. వర్ణాంతర వివాహం పట్టించుకునే కాలమిది కాదు.. కానీ... ఇంట్లో ఎవరికీ చెప్పకుండా 'వెళ్ళిపోయింది'... ఇది ఆ కుటుంబంలో అందరిని బాధకు గురి చేసింది... ఆ కుటుంబం దాదాపుగా తమ బంధువులు అందరిని దూరంగా పెట్టింది...

ఒంటరిదయింది... తండ్రి కూడా నాలా టీచర్... సొంత ఇల్లుంది ... తను సంపాదిస్తున్నది.. సుచిత్ర చేసిన పని వలన కలిగిన అనుభవాలు గాయత్రిలో పెళ్లిపట్ల అసహనం, అలజడి, ఉదాసీనతలను నింపేశాయి. పెళ్లంటే విముఖత కాదు... నిర్లక్ష్యం...

***

'తగిన సమయంలో తగిన వ్యక్తిని ఎన్నుకోవడం మీద వైవాహిక జీవితంలో ఎనభై శాతం ఆనందం ఆధారపడి ఉంటుంది. మిగిలిన ఇరవై శాతం పరస్పర విశ్వాసం మీద ఆధారపడి ఉంటుంది రా తల్లి' అన్నాను నేను గాయత్రిని శ్రీనివాస్ దగ్గరకు తీసుకువెళ్లే దారిలో ...

'నిజమే అంకుల్.... కానీ.. మనసు అనేది అనేక రకమైన ఆలోచనలకు పునాది. వర్తమాన సమాజం అందుకు వ్యతిరేకం. అక్క చేసిన పని వలన నాకు పెళ్లి మీద ఇష్టం లేదు. తోడు అవసరం కదా! అంటారు... దానికి నా దగ్గర సమాధానం లేదు.. పెళ్లి అనివార్యమనిపించినప్పుడు తప్పక చేసుకుంటాను.." అంది తను..

వర్తమానంలో అమ్మాయిలను ఎలా ఒప్పించగలం?

సుచిత్ర ఎలా ప్రేమకు లొంగింది... ఆమెను ప్రేమించిన ప్రేమికుడికున్న గొప్పతనం ఏమిటి? నాకు అంతా అయోమయంగా ఉంది. నేను.. నా మిత్రుడు రామం... దాదాపుగా ఒకేసారి వివాహం చేసుకున్నాము... నేను సరోజ గొడవ పడిన సందర్భాలున్నాయి... నా మీద కోపంతో అలిగి కన్నవారి ఇంటికి వెళ్లి పోయిన సందర్భాలూ ఉన్నాయి. అయినా.. కలిసే ఉన్నాము.. మా అమ్మాయికి తనకి నచ్చిన సంబంధమే చేసాం.

మా పాప, గాయత్రి చిన్ననాటి ఫ్రెండ్స్... దాదాపు ఆమె బాల్యమంతా మా ఇంట్లోనే గడిచింది... ఇప్పటి అమ్మాయిలకు వ్యక్తిత్వం ఉంది. తమకు కావాల్సిందేమిటో 'కరెక్ట్'గానే వ్యక్తీకరిస్తున్నారు. ఎవరిని అడిగినా "పెళ్లంటే... పాముల బుట్టలో చేయి పెట్టి చేపను బయటకు తీయాలనుకోవడం' అంటున్నారు. కానీ... తగినవాడు... ఆర్థికంగా... సామాజికంగా... హోదా.. స్త్రీగా తనని గౌరవించేవాడు కనిపిస్తే.. తాళి కట్టించుకుంటున్నారు... అవన్నీ హిరణ్యాక్ష

వరాలే...!

"ప్రేమ వివాహాలు.. పెద్దలు కుదిర్చిన వివాహాలు కూడా విఫలమవుతున్నాయి కదా అంకుల్ ..అందుకే పెళ్లి మీద నాకు ఒక విధమైన చిరాకు" అంది ఓసారి గాయత్రి... నిజమే.. ఇది కాదనలేని సత్యమే... ప్రతి ఆడపిల్ల వర్తమానంలో 'ఐ వాంట్ సమ్ స్పేస్' అంటున్నది... కానీ... వివాహం తర్వాత ఇది సాధ్యమా? ప్రేమ చేత ప్రభావితమై... జ్ఞానం చేత నడిపింపబడేదే ఉత్తమ జీవితం.. ఇదే కుటుంబ జీవనానికి గొప్ప పునాది..

***

'ఏంటండీ ఆలోచిస్తున్నారు. గాయత్రి పెళ్లి గురించా.." అంది నా భార్య.. 'రండి, రండి.. భోజనం చేస్తూ మాట్లాడదాం... రాత్రి తొమ్మిదయింది.. మీరు ఆలోచనలో పడితే అర్ధరాత్రి కూడా దాటిపోతుంది..'

ఇద్దరం భోజనాలు చేస్తూ... గాయత్రీ నన్ను అడిగిన వివాహాల విఫలత గురించి సరోజను అడిగాను.. నన్ను ఒకసారి ఎగాదిగా చూసి..! ఏంటి అయ్యగారు నా మీద పడ్డారు...." అంది అన్నంలో మజ్జిగ పోసుకుంటూ..

నేను చారు అన్నం తింటూ" అది కాదు సరూ... గాయత్రి అడిగిన దాంట్లో తప్పేంలేదు కదా' అన్నాను...

"కొన్ని వైవాహిక జీవితాలు విఫలం కావటానికి ప్రధాన కారణం- భార్యాభర్తల మధ్య ప్రేమ లేకపోవడం కాదు. స్నేహం లేకపోవడం" అంది.. నేను ఆశ్చర్యపోలేదు... సరోజ గురించి నాకు తెలుసు.. "అయితే మన మధ్యలో ఉన్నదేమిటో..." అన్నాను టీజింగ్ గా

"మీది ప్రేమ... నాది స్నేహం..." అంది... నాకు అర్థం కాలేదు... అయినా అవసరం లేదు... రాత్రి పదిగంటల సమయంలో రామం నుంచి ఫోన్ వచ్చింది...

అతడు చెప్పింది విన్నాక ఆనందం కలిగింది.... సరోజకు చెప్పాను... తను కూడా ఆనంద పడింది...

***

"రండి... రండి.." అన్నాడు డాక్టర్ శ్రీనివాస్... 'గాయత్రిని తీసుకు వచ్చారా" అన్నాడు.. మళ్ళీ.. అటూ.. ఇటూ.. చూస్తూ..

"ఇంతకీ... ఆమెకు... ఏ మందు వేసి పెళ్లికి ఒప్పించారు..." అన్నాము... నేను.. రామం..

"క్షమించండి... ఈ కాలం అమ్మాయిలకి పెళ్లి పట్ల ఓ నిర్దిష్టమైన అభిప్రాయాలున్నాయి... గాయత్రిది ఓ సైకలాజికల్ డిజార్డర్... మీ భాషలో చెప్పాలంటే 'భయం' అనాలేమో... పెళ్లంటే అసహ్యం కాదు... కేవలం అసహనం. అంతే... అందుకు కావలసిన విధంగా కౌన్సిలింగ్ చేశాను... నా దగ్గర ఉన్న ఓ కుర్రాడు ఫోటో చూపించాను... అతని గురించి, అతని తండ్రి గురించి చెప్పాను. ఓకే. అంది... కాస్త సమయం కావాలంది... కావలసినంత సమయం తీసుకోమన్నాను... అంతేకానీ మందులేమీ ఇవ్వలేదు. మాటే మందు" అన్నాడు నవ్వుతూ...

"ఇంతకీ... అబ్బాయి తండ్రిని ఎలా ఒప్పించారు..." అడిగాడు రామం... అబ్బాయి ఫోటోను తన చేతిలోకి తీసుకొని చూస్తూ....

"ఒప్పించడానికి ఏముంది... ఆ అబ్బాయి తండ్రిని నేనే కదా.." అన్నాడు డాక్టర్ శ్రీనివాస్... హాయిగా నవ్వి... మెల్లగా... ఆశ్చర్య పోవడం మా వంతయింది...

"మానవుడు సగం జీవితం నేర్చుకోవడంలోనూ... మిగిలిన సగం జీవితం తాను నేర్చుకున్నది తప్పని తెలుసుకోవడంలోనూ గడుపుతున్నాడు... వివాహం పట్ల

మగవారిలో కూడా ఇదే విధమైన భావనుంది... తెలుసుకున్న దానికి ఆచరణకి దూరం... ఆచరణలో తెలుసుకున్నది. సగమే.... మా అబ్బాయి కూడా గాయత్రి ఉన్నటువంటి డైలమాలోనే ఉన్నాడు... కనుకనే ఇద్దరికీ, వారికి నచ్చిన విధంగా ఓ డాక్టర్ గా.. ఒక తండ్రిగా.. మీ స్నేహితునిగా.. ట్రీట్మెంట్ చేయగలిగాను..."

ముగ్గురం హాయిగా నవ్వుకున్నాం.. మరి బాల్య స్నేహితులం కదా.. ఆ మాత్రం 'సరదా' మా మధ్య ఉంటుంది...

"హమ్మయ్య... ఇన్నాళ్ళు మనం స్నేహితులం.. ఇప్పుడు బంధువులం..." అన్నాను.

"అవును.. గాయత్రి కి నేనెవరో మీరు ఎందుకు చెప్పలేదు..." అన్నాడు శ్రీనివాస్...

"అవకాశమేది.. నీ చదువు.. వివాహం.. అంతా అమెరికాలోనే కదా.. నిన్న కాక మొన్ననే కదా ఇండియా వచ్చావు... నీవు మా స్నేహితుడు అని చెబితే అసలు రాదు..."

"సరేలే... మంచే జరిగింది... అవునొరే.. మా అబ్బాయి గురించి మీరిద్దరూ అడగలేదు ఏమీ.."

"అవసరంలేదు... నిన్ననే... మీ అబ్బాయి.. మన రామం ఇంటికి వెళ్ళాడుట... గాయత్రి అడ్రస్సు నీవే ఇచ్చావుట కదా... అన్ని వివరాలు రామం ఫోన్లో చెప్పాడు... గాయత్రి రామం కూతురని నీవు చెప్పావట కదా" అన్నాను నేను... ముగింపు వాక్యాలు పలుకుతూ...

మేము ముగ్గురం గట్టిగా కౌగిలించుకున్నాం.

హృదయం చేసే కరచాలనమే కౌగిలింత

****

విచిత్రం

నేను తునివలసలో బస్సు దిగేసరికి సాయంత్రం ఆరయింది.. నవంబరు నెల... శీతాకాలం.. చీకటి ముసురుకుంటున్నది. రోడ్డంతా నిర్మానుష్యంగా ఉంది. విజయనగరం నుంచి సింహాచలం వయా రేవిడి, పద్మనాభం దార్లో వుంది. మా గ్రామం.. తునివలస.. నాగరికత ఇంకా పూర్తిగా విస్తరించలేదు.. బస్సు దిగిన దగ్గర నుంచి మా చిట్టిబావ ఇంటికి ఓ పది నిమిషాలు నడవాలి.. నేను మెల్లగా నడుస్తున్నాను. దాదాపుగా ఐదు సంవత్సరాలవుతుంది ఇక్కడకు వచ్చి.. రోడ్లన్నీ సిమెంట్ ను పూసుకున్నాయి.. పెద్ద మేడలు భూమితల్లి శరీరాన్ని ఛిద్రం చేసి మొలిచినట్టుగా ఉన్నాయి. వాతావరణం కాస్త వేడిగానే ఉంది.. కరంటు లేనట్టుంది... చీకటిగా ఉంది.. ఎవరో కుంటుకుంటూ రావటం చూసాను.. అతను నాకు దగ్గరగా వచ్చాడు. అప్పలనాయుడు.. సొట్టడని పిలిచేవారం... ఇది మా అమ్మగారి ఊరు... నా బాల్యంలో వేసవులు ఇక్కడే గడిచాయి.. 'ఎలా ఉన్నావు శంకరం అన్నాడు...' 'బాగున్నాను..' అన్నాను...' చిట్టిబావ దగ్గరకా..' అన్నాడు.. అవునన్నాను... "సరే.. అలా రోడ్డు వరకు వెళ్తున్నాను.. వస్తావా!" అన్నాడు... టీజింగా నవ్వుతూ.. అక్కడ చీకట్లో నాటు, నీటు దొరుకుతాయి.. ఓ బెల్టుషాపు ఉంది మరి.. నేను నవ్వి ముందుకు నడిచాను... శివాలయంలో సాయంత్రం వెలిగించిన అగరొత్తుల వాసన...ఆరిపోయిన దీపపు వత్తి వాసన జిమిలీగా

వస్తున్నాయి... నేను.. మాబావ ఇంటికి చేరుకున్నాను.. మా చెల్లి.. స్వంతం కాదు... బావ భార్య... ఇంటిని ఉన్నంతలో బాగానే సర్దుకుంది.. ఇన్వర్టర్ మీద బల్బులు వెలుగుతున్నాయి.. మాబావ.. మంచి మాటకారి... చేతకారి కూడా.. మా చెల్లిలు వాడికన్నా నాలుగాకులు ఎక్కువే తినింది... ఒక కూతురు, ఒక కొడుకు, కూతురికి రైల్వే ఎంప్లాయినిచ్చి పెళ్ళి చేసారు... కొడుకు బ్యాంకు కోచింగ్ కోసం నంద్యాలలో ఉన్నాడు.. రియల్ ఎస్టేట్ వ్యాపారం మా బావది..

భోజనాదులు ముగించుకొని... వాతావరణాం చల్లబడిందని తెలిసి మేడ మీదకు చేరామిద్దరం...

'ఎందుకు రమ్మన్నారో ఫోన్ లో చెప్పాను' కదా అన్నాడు బావ..

'అవును.. ఏమంటాడు సుబ్బులు మావ' అన్నాను నవ్వుతూ..

'ఏమంటాడు.. తాను పట్టిన కుందేలుకు రెండే కాళ్ళంటాడు'

'అవునా.. అయితే ఇబ్బందే.. మరి రాంబాయి ఏమంటుందట' అన్నాను.. వెన్నెల్లో.. మంచు కురిసే వేళలో.. ఒళ్ళు చల్లబడుతుంటే మెల్లగా నడుం వాల్చాను..

'అత్త కొంచెం నయం.. కుందేలుకి మూడు కాళ్ళు అంటుంది'

ఇద్దరం నవ్వుకున్నాం... క్షణమాగి.. బావ.. అసలు విషయం చెప్పాడు.

***

రాంభాయికి ఐదు పదుల వయస్సు.. ఏడు పదుల బరువు. నోరు బారెడు.. నాలుక చారెడు.. రుబ్బు రోలు ఆకారం.. రోటి పచ్చడి రుచితో మాటతీరు.. చిన్న వయసులోనే పెళ్లయింది.. ఒక కూతురినిచ్చి.. భర్త చనిపోయాడు.. అనాటి నుంచి 'నోటీతోనే బ్రతికేస్తున్నది.. ఉన్నది కొద్దిపాటి వ్యవసాయం.. నెట్టుకొస్తున్నాది.. కూతురికి ఊర్లోనే సంబంధం చేసింది.. రోడ్డు మీద బెల్టుషాపు అల్లుడిదే.. కూతురు మాత్రం చోడవరంలో అంగన్వాడి టీచర్ గా చేస్తుంది.. ఈ మధ్యనే మనవరాల

నెత్తుకుంది రాంభాయి.. గడచిన పంచాయితీ ఎన్నికలలో సర్పంచ్ గా పోటి చేసింది.. గెలవలేదు.. చేతికి.. నోటికి జనం జడిసారు.. 'నోట్లు' కూడా పంచలేదనుకోండి.. ఈ ప్రపంచంలో చాలా కొద్ది మందికి మాత్రమే 'నిన్నా నేడు అవుతుంటే, ఒక అందమైన అనుభవం ఒక కొత్త ఉత్సాహంతో మనసు ఉరకలు వేస్తుంది.. రాంభాయికి నిన్నతో పనిలేదు.. నేడు ఆమెదే.. రేపు కాస్త క్రొత్తగా ఉండాలనుకుంటుంది.. కాని.. ఏమి చేయాలి.. రాంభాయిది కాస్త కళయిన మొహం.. బాదరబందీలు లేవు.. స్వంత ఇల్లుంది.. మరేమిటి..?

***

తునివలసలో ఒకప్పుడు జమీలా బ్రతికిన కుటుంబం శోభనాద్రి వాళ్ళది.. ఆ రోజుల్లోనే.. బుల్లెట్ బండిమీద విజయనగరం, విశాఖపట్నం వెళ్లేవాడు.. వారికి రెడ్డి పల్లిలో ఒక టూరింగ్ టాకీసు, పొగాకు వ్యాపారం ఉండేది.. మంచి పొడగరి.. సొగసరి.. అతని వయస్సు ప్రస్తుతం ఆరుపదులు... బరువు ఏడుపదులు.. వ్యాపార విస్తరణ కోసం తునివలస వదిలేసి రెడ్డిపల్లి చేరాడు.. మూడుపదుల కాలం అవుతుంది.. అందరికి అతను 'సుబ్బులు మావగా' తెలుసు. నేటికి కూడా.. పల్లెలో అసలు పేరు ఎవరికి తెలియదు.. కొసరు పేర్లే చలామణిలో ఉంటాయి. శోభనాద్రి అంటే తునివలసలో అటువంటాయన లేరే' అనేస్తారు జనం.

'అయితే..' అన్నాను నేను బావ కథను మధ్యలో ఆపి.. అతడి మొహంలో నవ్వు వెన్నెల్లో మెరిసింది.. "ఉండు.. నేనూ పూర్తి చేయలేదింకా.." అన్నాడు

"నాకు తెలియని కథా ఇది.. నేను ఇక్కడివాడినే... కదా" అన్నాను.. కథ నీరసంగా అనిపించింది..

"అబ్బా అది కాదు బావ.... కథ అంటే కావలసిన చోట ఆనందాన్ని అతికించవచ్చు. వద్దంటే విషాదం తీసేయవచ్చు.. కాని.. జీవితం కదా.. ఎందుకు

నిన్ను పిలిచానో నీకు ఫోన్ లో చెప్పాను కదా... జరిగింది చెప్పాలిగా.."

"అయితే చెప్పు.. నీలో మంచి రచయిత ఉన్నాడు సుమా..." అన్నాను. అతడి మొహం వెన్నెల వెలుగుతో నిండిపోయింది. ఇద్దరి మధ్య కొద్దిపాటి మౌనం.. అతను చెప్పడం ప్రారంభించాడు... కొద్దిగా మంచి నీళ్ళు త్రాగి.. పిట్ట గోడమీద కూర్చొని...

"బావా... శోభనాద్రి భార్య చనిపోయింది.. ఒకడే కొడుకు సాఫ్ట్ వేర్ ఇంజనీర్.. అమెరికా వెళ్ళిపోయాడు.. అక్కడే పిల్లనే పెళ్ళి చేసుకొని 'స్కైప్'లో చూపించాడు తండ్రికి... దీవెనలిమ్మని... డబ్బు అనేది చాలా పాపిష్టిది బావ. నీలి లిట్మస్ ను కూడా ఎర్రగా మారుస్తుంది.. ఆత్మీయతను అడుగుకు తోసేస్తుంది.. ఇప్పుడు శోభనాద్రి ఓంటరి.. అందుకే నన్ను పిలిచాడు.. ఏం చేద్దామని" బావ ఆగాడు..

"ఏం చెప్పావు మరి.. పరిష్కారం.. మరో పెళ్ళి చేసుకోమనలేకపోయావా... డబ్బు పోకుండా..." అన్నాను నేను సరదాగా...

" ఆ విషయం నేనూ చెప్పాను..." అని ఆగాడు..

"మరి నేనెందుకు అయితే... రేపుదయం బస్సుకు వెళ్ళిపోనా..." అన్నాను. కాస్త విసుగ్గా...

"అసలు ట్విస్టు ఇక్కడే ఉంది... వినుమరి..."

అతడు చెప్పినదాన్ని దృశ్యంగా మారిస్తే...

***

పంచాయితీ ఎన్నికలలో రాంభాయి సర్పంచ్ అభ్యర్థిగా నిలబడింది. తునివలస,కిష్టాపురం కలిసే తునివలస మేజర్ పంచాయితీగా గుర్తింపు. కిష్టాపురమంతా శోభనాద్రి వర్గమే.. శోభనాద్రి తనకు గతంలో సహాయం చేసిన మాట, తను వరసకి బావ అవుతాడన్న విషయం కూడా రాంభాయికి గుర్తుంది..

అల్లుడుతో కబురు పెట్టింది.. తనకు సహాయం చేయమని.. ఇంటికి వచ్చి మాట్లాడతానన్నాడు..

ఆ మరుసటి రోజు.. బుల్లెట్ మీద వచ్చాడు.. పంచె, లాల్చీ... మైనర్ బాబులా.. తిన్నగా రాంభాయి ఇంటి గుమ్మంలో బండి ఆపాడు.. ఇంట్లోకి వెళ్ళాడు దర్జాగా..

ఆమె అతడిని కూర్చోమని చిన్న స్టూల్ మధ్య గదిలో వేసింది. అతను కూర్చొని..

"చూడు రాంభాయి.. నీకు సపోర్టు చేయటానికి నాకేమీ అభ్యంతరం లేదు. నువ్వు గెలిస్తే నేను గెలిచినట్టే... మా వాళ్ళకి నేను చెబుతాను.. కాని.." ఆమె లోపలి నుంచి కాఫీ తెచ్చి ఇచ్చింది.. అతను గ్లాసు పట్టుకొని.. ఆమెను చూస్తున్నాడు.. తనకేమిటి కావాలో ఆమెకెలా చెప్పటం.. సగటు పురుషుడు తన బుద్ధి కంటే చూపుకే ఎక్కువ ప్రాధాన్యతనిస్తాడు.. మెల్లగా...!"రాం... నేను.. నిన్ను... ఉం...." అతను మాట పూర్తవలేదు.. ఆమె కాళిక అయింది.. లోపలి నుంచి కర్ర తెచింది.. అది చూసి.. అంత మనిషి.. కాఫీ గ్లాసు పడేసి పరుగందుకున్నాడు.. లుంగీ జారిపోతున్నా పట్టించుకోకుండా.. బండెక్కి తుర్రుమన్నాడు. బావ చెప్పటం ఆపాడు. ఆ సంఘటన జరిగి రెండు నెలలు అయింది..

నాకు నవ్వు ఆగలేదు.. అలాగని నవ్వలేదు.. చిట్టికి శోభనాద్రికి మధ్య రిలేషన్స్ నాకు తెలుసు.. రాంభాయికి నా పట్ల అభిమానం కూడా తెలుసు... నా చదువుకి ఆమె సహాయం చేసిందని మా నాన్న చెప్పేవారు... ఆయనిప్పుడు లేరనుకోండి.

'అయితే నేనేమి చేయాలి...' అన్నాను వస్తున్న నవ్వును కష్టంగా ఆపుకుంటూ..

"నువ్వు... శోభనాద్రి మనసులోని సంగతిని చెప్పాలి.. రాంభాయిని అతడు పెళ్ళి చేసుకుంటాడు మరి.. ఇది.. అతని అంతరంగం"

"ఇదేదో బాగుంది.. ప్రయత్నిస్తాను... సరే... ఉదయం వెళతానులే... పడుకుందామా?" అన్నాను.. ఇద్దరం వెన్నెల్లో చాలా కాలం తరువాత.. నిద్రపోయాం...

** ** ** **

తెలివైన వాడెప్పుడు తొందర పడడు. అవకాశం కోసం ఎదురు చూస్తాడు. కాదు.. కాదు.. అవకాశాన్ని సృష్టించుకుంటాడు. ఈ రెండింటినీ ఎలా ఎప్పుడు వాడుకోవాలో తెలుసుకోగల్గిన వాడే తెలివైనవాడు. స్త్రీ అయినా, పురుషుడైనా.. రాంభాయి తెలివైనదని నాకు తెలుసు..

నేను వెళ్ళి కలిసాను.. ఆమె ఆదరణగా ఆహ్వానించింది.. నేను మెల్లగా శోభనాద్రి మనసులోని అసలు విషయం చెప్పాను.. ఆమె ఆలోచనల్లో పడింది..

ఒక పురుషుడి నిశ్చయం కంటే ఒక స్త్రీ ఊహ సరిగ్గా ఉంటుంది..

నేను వస్తానని చెప్పి బయలుదేరాను..

ఆ తరువాత ఏం జరిగి ఉంటుందో మీరూహించుకోగలరు..

***

కాని.. సుబ్బులు మావ దెబ్బలు తినకుండా బయటపడిన విధానం నాకు ఇప్పటికీ నవ్వు తెప్పిస్తుంది...

నాకే కాదు.. మా తునివలసలో అందరికి...

'ఆ తరువాత' కూడా కథలుగా చెప్పుకున్నారు మరి. ఈ తరం వారికి కూడా 'ఆ వీరోచిత' సన్నివేశం గురించి తెలుసు... కొన్ని కథలకు ముగింపు లేదు...

****

మాంగల్య బలం

కామెడీ కథని చెప్పి టీవీ సీరియల్ లా టైటిలేమిటి అని పేజీలు తిప్పేయొద్దు. ఒక రకంగా చెప్పాలంటే ఇదో సీరియల్ కథే.. కాని.. ఇందులో రకరకాల సన్నివేశాలున్నాయి. అవి కూడా మా అక్క మాంగల్యబలానికి ఎగ్జామ్స్ పెట్టేవే... సుమండీ...

"సొల్లు కబుర్లాపి స్టోరీలోకి రమ్మంటారా.. సరే.. వస్తున్నా...

***

ఆ మధ్య మా ఏరియాలో జరిగిన అగ్ని ప్రమాదంలో తన ఈకలను కోల్పోయిన ఓ కోడి.. హృదయ విదారకంగా అరిచింది. "లేరా రాస్కెల్"అని... నేను లేచాను. "రారా.. సరసకు రారా.." ఎవరిదా మాట... ఎక్కడినుంచా పాట అనుకున్నాను. "రారా.. సరసకు రారా.." మళ్ళీ అదే మధురమైన పిలుపు.. నిద్రకళ్లను కాస్త నులుముకొని.. బుర్రలోని బూజును కొంత దులిపి, శబ్దం వస్తున్న దిశగా చూసాను.. నా సెల్ ఫోన్ రింగ్ టోనది... గబగబా వెళ్ళిచూసాను... హైదరాబాద్లో ఉంటున్న అక్క దగ్గర నుంచి...

"ఏంటే... ఇంత తెల్లారి ఫోన్... నేను డబ్బుల కోసం పంపిన ఉత్తరం అందిందా... పంపావా...?" అన్నాను.

"ఆపరా... వెధవా... ఎంతసేపూ డబ్బుగొడవేనా?" అక్క గొంతులో కోపం..

"సరే చెప్పు..." గౌరవంగా...

'మీ బావగారు తిక్క తిక్కగా వ్యవహరిస్తున్నారురా... నాకెందుకో భయంగా ఉంది.. పిచ్చి డాక్టర్ దగ్గరకు తీసుకువెళ్లా... అతను హాస్పిటల్లో చేరమన్నాడు.. నీవొకసారి రారా.." ఆమె కంఠంలో బాధ.. భయం..

"నీ పెళ్లి చూపులప్పుడే ఆయన ధోరణి మనకు తెలుసు కదా... అందరూ నీవదృష్ట వంతురాలవన్నారు... మామయ్య ఆయన నోటిని ఒక్కసారి పరిశీలించి... అమ్మాయి... అసలు ఈ అబ్బాయికి నోట్లో నాలుక లేదే.. అని కన్ఫర్మ్ చేసాకే కదా.. పెళ్లి జరిగింది. ఈ రోజు కొత్తగా తిక్కేముంది.. అయినా నీవు పిచ్చి డాక్టరుకు కాకుండా.. పిచ్చి కుదిర్చే డాక్టర్ దగ్గరకు తీసుకువెళ్లవలసింది..." అన్నాను.. కాస్త.. సరదాగా... సీరియస్ నెస్ ను తగ్గించటానికి...

"జోకులాపు.. చంపుతా తెలుగు టీవీ సీరియల్ చూస్తున్నావా ఏమిటి పైత్యంతో మాట్లాడుతున్నావు. ఏం చేస్తావో తెలియదు. దిక్కుమాలిన కాలేజీకి నాలుగురోజులు సెలవు పెట్టి తగలడు... ఉంటాను" ఫోన్ కట్ అయింది.

నిజమే ఈ మహానగరంలో మా కాలేజీ ఏ దిక్కున ఉందో నాకింతవరకు తెలియదు.. నేను కూడా ఏదో దిక్కుమాలిన చదువు చదువుతున్నాననిపించింది. ఎంసెట్లో నా తెలివితేటలకు లక్ష ర్యాంకు వచ్చింది. గవర్నమెంట్ ఫీజు కడుతుందని తెలిసి... మా బావ నన్నాదిక్కుమాలిన కాలేజీలో పడేసారు. తృతీయ సంవత్సరం పూర్తయిన ఇంజనీరింగు విద్యార్థులు ప్రథమ సంవత్సరం అనగా మాకు పాఠాలు చెప్పేస్తున్నారు... ఈ విధంగా వాళ్ళు మమ్మల్ని ర్యాగింగ్ చేస్తున్నారు... ప్రభుత్వం ఫీజు కట్టలేదని... మా కాలేజీ యాజమాన్యం ముందు మీరు కట్టండి... వస్తే... గిస్తే... మీ డబ్బులు మీకు వాపస్ చేస్తామంటది.. గోడకు వేసిన సున్నం..

ఇంజనీరింగు కోర్సుకు కట్టిన ఫీజు.. ప్రేమికురాలికి (?) చేసిన ఖర్చు తిరిగి వస్తాయనేది ఒట్టి భ్రమ...

సరే.. నా గొడవను పక్కన పెట్టి మా బావ పిచ్చి సంగతి ఆలోచించాలి మరి...

చిన్నతనంలోనే... ఒకానొక ప్రమాదంలో మా అమ్మా నాన్న చనిపోతే.. ఆ రోజు నుంచి నేను.. అక్కా అనాథలుగా మామయ్య ఇంట్లో పెరిగాం... మామయ్య మంచివాడు.. ప్రభుత్వోద్యోగయిన అబ్బాయిని తెచ్చి అక్కడ పెళ్లి చేసారు.. నిజంగా బావ దేవుడు. బోలెడంత ఆస్తి ఉంది. కళాపోషణ అనే దురద కూడా ఉంది.. అది గజ్జి.. తామరలవలే.. వంశపారంపర్యంగా ఆయనకు అంటుకుపోయింది.. మా బావ వాళ్ల నాన్నగారు ఎన్నెన్నో జాలిం లోషన్లు.. డెట్టాల్ సీసాలు (సారీ డ్రమ్ములుతో) తోమారు కడిగాడు.. అబ్బేపోలా.. చివరకు విసిగి ఆయన (చని)పోయారు. బావకు వెనుకా ముందు ఎవ్వరూ లేరు.. ప్రక్కన మా అక్క మాత్రం ఉంది. అక్క... ప్రక్కన నేనున్నాను... గవర్నమెంట్ ఉద్యోగం... అయినా నీతిగానే ఉన్నాడు... లక్షల లక్షల ఆస్తి కూడా ఉంది.. (వాళ్ల నాన్న హయాంలో కోట్లుండేవట. బావ కళాపోషణ క్రింద కరిగి.. కరిగి అరిగిపోయి.. లక్షలుగా మిగిలాయట... మా అక్క పోరు వలనని గిట్టనివారి దుష్ప్రచారం)

నేను ఓ వారం సెలవు పారేశాను (కాబేజీకి వెళ్ళి చేసిందేమీ లేదు కూడా.. ఫీజు కట్టటానికి డబ్బులు కూడా కావాలి...)

హైదరాబాద్ బయలుదేరాను...

***

"ఒక రైలు... అనుకున్న సమయానికి చేరుకోవలసిన గమ్యాన్ని చేరుకుందిట.. అక్కడున్న వారంతా బ్రహ్మాండంగా ఆశ్చర్యపోయి.. అప్పటికప్పుడు.. చందాలు పోగుచేసుకొని.. డ్రైవర్ను.. అతని సహాయకున్ని ఘనంగా

సన్మానించారట.. అంతేకాక.. ఇదెలా సాధ్యమని.. ఆశ్చర్యపోయారట.. అదే మాట డ్రైవర్ను అడిగితే.. అతను బోలెడంత ఆశ్చర్యపోయి, సిగ్గుతో.. క్షమించాలి.. ఇది నిన్న రావలసిన బండి.. ఈ రోజు వచ్చింది" అని చెప్పి తెలుగు సినిమాల్లో కలగా మాయమైపోయాడంట..."

"ఇది నీ స్వంత జోకుకాదే..." అక్క సందేహం..

'నిజమే.. భరాగోగారి పుస్తకంలోనిది...'

ఆసుపత్రికి ఆలస్యంగా చేరినందుకు (క్షమించాలి రోగంతో కాదు.. ప్రయాణాంతరమని నా భావన) అక్కకు నేనిచ్చుకున్న సంజాయిషీ.. "అది సరే గాని.. అక్కా.. బావ ఈ స్థితికెలా వచ్చారంటావ్" అని అడిగా..

మంచంమీద బావ అచేతనంగా పడి ఉన్నాడు.. ఈకలు పీకేసిన బాతు లాగా.. మెడతెగిన కోడి లాగా.. నిస్సత్తువగా పడి ఉన్నాడు. అతని పెదాలు అస్పష్టంగా కదులుతున్నాయి.

"అక్కా బావగాని క్షుద్రపూజలు నేరుస్తున్నాడా..."

"ఎందుకా దిక్కుమాలిన సందేహం..." ప్లాస్కులో కాఫీని కప్పులోకి పోసి.. తెచ్చింది.. నాకిస్తుందని చేయి సాచాను.. కాని తనే నా ఎదురుగా కుర్చీలో కూర్చొని త్రాగసాగింది... "నీ కలవాటులేదు కదరా" అంటూనే "ఎందుకా దిక్కుమాలిన సందేహం.." మళ్ళీ అడిగింది.

"ఆహా... ఏమీలేదు... పెదాలు అస్పష్టంగా కదుపుతుంటేను..!"

"క్షుద్ర నవలలు మళ్ళీ చదువుతున్నావా.. లేక, టీవీలో వచ్చే భయంకరమైన సీరియల్స్ చూస్తున్నావా.."

"అవునే అక్కా.. ప్రస్తుతం మన టీవీలో వస్తున్న సీరియల్స్ అన్నీ క్షుద్రమైనవి.. భయంకరమైనవే కదా..!"

"అవిగో.. ఆ శ్లేషలే వద్దు.."

"సర్లేగాని.. అసలు జరిగిందేమిటి చెప్పు.. ప్రాణభయం లేదు.. మరో రెండు రోజుల్లో, ఇంటికెళ్లిపోవచ్చని డాక్టర్ హామీ ఇచ్చారు కదా.." అన్నాను

ఆమె తలవూపి.. చెప్పటానికి సిద్ధపడి...

తెలుగు సినిమా ప్రేక్షకునిలాగా చెప్పింది విను. క్వచ్చిన్స్ వేయకు.. కృష్ణారావు కథను జాగ్రత్తగా విను..."

'షార్ట్ కట్ గా చెప్పు.. రోజూ పాఠాలు విని విని మెదడులోని పొరలు ఇప్పటికే దెబ్బతిన్నాయి మరి..." అన్నాను ఎదురు కుర్చీలో కూర్చొని..

"ఆ పొరలేవో చిన్నతనం నుంచి ఉండి ఏడ్చినట్టు.. సర్లేవిను.."

ఆమె చెప్పటం ప్రారంభించింది...

***

కృష్ణారావుకు, గంగారామ్ అనే మిత్రుడున్నాడు.. గంగారామ్ కు కూడా కృష్ణారావుకు మాదిరే కళాపోషణ సరదా ఉంది.. అయితే.. కొంచెం పై స్థాయిలో ఉంది.. అతను కథలు రాస్తాడు.. సినిమాలు తీయాలని అతని కోరిక.. కాని.. వేసుకొనే కోట్లు తప్ప.. నోట్ల రూపంలో కోట్లు లేవు... కనీసం వాటిని లెక్కవేయటం కూడా రాదు. కృష్ణారావు దగ్గర లక్షలున్నాయని.. బోనస్ గా కళాపోషణంటే మక్కువని తెలుసుకొన్న గంగారామ్ మనీ సినిమాలో తనికెళ్ల భరణి, బ్రహ్మానందానికి చెప్పినట్లుగా "టెన్ మీరు సర్దితే నైన్టీ బయ్యర్స్ ఇస్తారు... రామ్ చరణ్, తేజ.. లేదా జూ.ఎన్టీఆర్.. సమంత.. లేదా తమన్నాలను నేనొప్పిస్తానని చెప్పి.. కథ కోసం నాకు తెలిసిన ఒకాయన మద్రాసులో ఉన్నాడు.. మన తెలుగే.. ఆయన వద్దకు వెళదాం.." అని రోజూ నూరిపోసేసరికి... రంగు రంగుల ప్రపంచం

కృష్ణారావు కళ్ళలోనూ.. మెదడులోనూ తిరిగింది. తమన్నా.. జూ ఎన్టీ ఆర్.. సమంత.. ఆహా లేటెస్టు కాంబినేషన్.. గొప్ప సెన్సేషనల్ సినిమా అవుతుంది.. బయ్యర్స్ తమ ఇంటిముందు క్యూ కడతారని.. "ఆహ నా పెళ్ళంట"లో కోట శ్రీనివాసరావు కలలపైన కలలు కని. భార్యలకు కూడా (అపార్థం చేసుకోవద్దు.. గంగారామ్ కృష్ణారావుల భార్యలని అర్థం) చెప్పకుండా ఐదు లక్షలతో (గంగారామ్ వి కాదు కృష్ణారావువి) మద్రాసులో తెలుగుకథకుని వద్దకు వెళ్ళారు..

కథకుల్ని కలిసారు.. క్రేజీ కాంబినేషన్ గురించి చెప్పారు.. అక్కడ జరిగిందిది..

***

"భలే.. భలే.. ఇడ్లీ సాంబారులా రొంబ కాంబినేష్, నాదునా.. బెస్టు స్టోరీ తయారుచేసినా.. మీకు దా నిండా వినిపిస్తూ.. రొంబ గుంటాది.."

నీ శ్రాద్ధం.. నా పిండాకూడు.. ఎందుకా సంకర భాష.. చక్కగా తెలుగులోనే ఏడ్వవచ్చు కదా (అని మనసులో అనుకొని.. బయటకు మాత్రం) అవును... గంగారామ్ చెప్పాడు... మీ ప్రతిభ గురించి కథ చెప్పండి. వింటాం.."అన్నాడు కృష్ణారావు.

'అచ్చా.. బహుత్ ఖుషి.. రొంబ సంతోషం... ప్రస్తుమా.. మన సినిమా రంగంలో మైథాలజీలకే రొంబ ఇంట్రెస్టు.. ఆ మాదిరి కదా సొల్లుదునా.. విందురా.."

"సొల్లు కాకుండా.. కాస్త మంచి కథ చెబితే బాగుంటుంది కదా.." కృష్ణారావు అంతరంగం...

తమిళ తెలుగు రచయిత కథ చెప్పటం ప్రారంభించాడు..

హీరోహీరోయిన్స్ మంచు కొండల్లో సాంగ్ తా ఉంటారు. సాంగయిన తరువాత.. హీరోదా ఒకకత్తి చూస్తాడు... కత్తి చేతిలోకి రాగానే... అతని చేతులు.. హీరోయిన్ కాళ్లు వణుకుయి..

"నరాల బలహీనత" కృష్ణారావు ప్రశ్న.

"ఇదిగో పిల్లకాయ, ఇలా మధ్యలో క్వశ్చిన్ దా వేయరాదు... పోద్ది.. ఆ..." రచయిత కోపంగా.. కంటిన్యూ చేసాడు..

"అలా కాళ్లుచేతులు ఎందుకు వణికాయో ఫ్లాష్ బ్యాక్ లో చెబుతామన్నమాట.. ఆ కత్తి.. ఇంగ్లాండును పరిపాలిస్తున్నా డెంగూ తెగకు చెందిన రాజ వంశానిది.. నాలుగు తరాల క్రిందట ఆనాటి డెంగూ తెగ నాయకుల్ని విలన్స్ చంపుతారు. తాను చచ్చినా ఫర్వాలేదు కాని.. తన వంశం కత్తి తిరిగి తన వంశం వారికే చెందాలని పాతాళభైరవిలాంటి విగ్రహం ముందు ఆన చేసి.. రక్తం కారుతున్న శరీరంతో సుమారు రెండు వందల కిలోమీటర్లు పరుగెత్తి కత్తిని ఒక చోట దాచేస్తాడు.. కట్ చేస్తే.. విలన్ డెన్ లో విలన్ సీరియస్ గా ఉంటాడు.. భయంకరమైన నేపథ్య సంగీతం వినిపిస్తుంటుంది. చేతికందిన గిన్నెలు.. కుండలు వంటి మట్టి పాత్రలను పగులగొట్టిస్తూ.. మహా టెన్షన్ పడుతుంటాడు.. అతనో మాఫియా డాన్.. ప్రపంచంలో ఉన్న గొప్ప గొప్ప డాన్ లంతా అతని డెన్లో పడి తేరగా వచ్చిన మందు తాగుతుంటారు... వారంతా కలిసి ఓ పన్నాగం పన్నుతారు.. వారికి నాలుగువందల సంవత్సరాల నాడు డెంగూ తెగ నాయకుడు దాచిన కత్తి కావాలి. దాని మీదున్న బీజాక్షరాలు చదివితే మహత్తర శక్తులు వస్తాయి. ఎన్ని బిలియన్ కోట్లు ఖర్చయినా సరే.. ఆ కత్తిని సంపాదించమని మన డాన్ కు చెబుతారు. ఇక్కడో చిన్న మెలిక... ఆ కత్తికి వారసుడు ఒక్కడే.. వాడివలననే దానిని సంపాదించగలం.. ఎలా అతడిని పట్టుకోవటం.. క్షుద్ర పూజలు చేసే వాడిని

పిలిపించి.. అంజనం వేసి.. అద్దంలో అతని దేభ్యం ముఖాన్ని చూస్తారు. కట్ చేస్తే ఆస్ట్రేలియాలో ఓ పెద్ద కాలేజీ... అక్కడ స్టూడెంట్స్ అమ్మాయిలను.. లెక్చరర్స్ ను టీజ్ చేస్తుంటారు... చివరకు ప్రిన్సిపాల్ను కూడా.. వారెవరూ అతని చిలిపి పనులను పట్టించుకోరు... ఎందుకంటే అతనికి కేన్సర్.. కొద్ది రోజుల్లో చనిపోతాడని తెలుసు... అదే కాలేజీలో ఇద్దరు అమ్మాయిలు చేరుతారు.. వారు మన హీరోను గాఢంగా ప్రేమిస్తారు... ఒకరికి తెలియకుండా ఒకరు అతనితో బెడ్ షేర్ చేసుకుంటారు... ఇద్దరు హీరోయిన్స్ ఎవరోకాదు. ఒకరు డాన్ కూతురు.. మరొకరు క్షుద్రపూజలు చేసి మరీ ఆచూకీ చెప్పినవాడి కూతురు.. వాడికి కూడా కత్తి కావాలి.. అతడిని కత్తి తీసుకువచ్చే విధంగా ముగ్గులోకి దింపాలి.. వీరికి తెలియని విషయం ఏమిటంటే, వీరిద్దరూ ఎవరో హీరోకు ముందే తెలుసు (ఎలా అనేది సస్పెన్స్. చివరి వరకూ చెప్పం. చివరకు కూడా చెప్పం. వెరైటీ అన్నమాట.) హీరోకి కొన్ని అద్భుత శక్తులుంటాయి.. వానివలన అతను ఓ మేప్ పట్టుకొని ఎక్కడ వేలు పెడితే అక్కడకు మొత్తం ఫామిలీతో సహా వెళ్ళిపోవచ్చు. ఈ విషయం హీరోయిన్స్ కు తెలియదు.. చివరకు అందరూ విలన్ వెనక్కు చేరుకుంటారు.. విలన్ హీరోకు తన కూతురును ఎరగా వేసి కత్తిని తెమ్మంటాడు.. క్షుద్రపూజలు చేసేవాడు లేదా సేమ్ ఫార్ములానే ఉపయోగిస్తాడు.. ఆ రాత్రి ఇద్దరూ హీరోయిన్స్ ప్లస్ హీరో, చిన్ని చిన్ని మిడ్డీలు.. చెడ్డీలు వేసుకుని కబడ్డీ వంటి ఆటను ఆడుతూ.. గెంతులు వేస్తూ.. ఎక్కడపెడితే అక్కడ ముద్దులు పెట్టుకుంటూ... చేతులు కాళ్ళతో తంతూ కాశ్మీరు కొండల్లో డ్యూయట్ పాడతారు.. అలా పాడుతుంటే అతనికి కత్తి దొరికింది..

ఆయాసంతో కవి ఆగాడు.

"అయిందా.." ఆవులిస్తూ అడిగాడు కృష్ణారావు.. గాఢనిద్రలో ఉన్నాడు. గంగారామ్...

కథమీద కూర్చుందామని.. తమిళ తెలుగు రచయిత.. వాళ్ళను ఊటీకు తీసుకు వెళ్ళాడు.. ఒక ఖరీదైన హోటల్ రూమ్ తీసుకున్నారు... వాతావరణం హాయిగా ఉంది.. గంగారామ్ నిద్రపోయాడు..

"ఇంకా అవలేదు.. అసలు ట్విస్ట్ ఇక్కడే ఉంది.."

"ఇంకా ఉందా.." భయం.. బెంగ కలిసిన కృష్ణారావు ప్రశ్న.

టేబుల్ పైన ఉన్న ఖరీదైన స్కాచ్ ని గ్లాసులోకి వంపుకొని తిరిగి చెప్పటం ప్రారంబించాడు రచయిత.

"కత్తి హీరోకి దొరకగానే.. హీరోయిన్ క్రూరంగా నువ్వుతుంది.. ఎందుకు నవ్వుతున్నావని హీరో అడుగుతాడు. ఇంతలో.. ఆకాశంలో చక్కర్లు కొడుతూ ఓ హెలీకాప్టర్ వస్తుంది.. వచ్చి రావటంతోనే బాంబుల వర్షం కురిపిస్తారు.. ఒక బాంబు హీరోయిన్స్ మీద పడుతుంది.. ఆమె చనిపోతూ.. నిజం చెప్పి.. తనకు తగిన శిక్ష పడిందని చెబుతుంది.. తన మీద పడుతున్న బాంబులలో ఒక దానిని పట్టుకొని.. క్రింద నుంచే ఆకాశంలో చక్కర్లు కొడుతున్న హెలీకాప్టర్ పైకి విసురుతాడు హీరో... అది పేలిపోతుంది. కత్తి పట్టుకొని వీరునిలా. మంచు కొండల్లోనికి, మిగిలిన హీరోయిన్ని తీసుకొని వెళ్లిపోతాడు హీరో.. శుభం...

తె.త. రచయిత కథ చెప్పడం పూర్తి చేసి.. తలకెక్కిన మత్తులో పడిపోయాడు..

కృష్ణారావు మూర్ఛపోయాడు.

గంగారామ్.. నిద్ర నుంచి లేచి భయంకరంగా అరుస్తూ దూరంగా ఉన్న అడవిలోకి పారిపోయాడు.. ఏమైనాడో ఇంతవరకు జాడలేదు.. కృష్ణారావు ఎవరో మీకు చెప్పలేదుకదా.. మా బావ...

***

ఆనాటినుంచి.. ఇదీ తమ్ముడు పరిస్థితి.. ఐదు లక్షలంటూ కలవరిస్తూ.. కాళ్లుచేతులు కట్టుకొని... కోమాలోకి జారిన మీ బావను ఆ హోటల్ వారు.. ఈయన జేబులో నున్న అడ్రసుతో మన దగ్గరకు చేర్చారు.. " అక్క కన్నీరు కారుస్తూ చెప్పింది...

నాకు బాధనిపించింది. దిక్కుమాలిన కథలతో సినిమా ప్రేక్షకులని చితకబాదటమే కాకుండా.. ఇలా అమాయకుల జీవితాలతో ఆటలాడుకోవటం ఏమంత సమంజసం..? ఇవా స్వర్ణోత్సవం జరుపుకొన్న మన తెలుగు సినిమా కథలు..

అయినా మన బంగారం మంచిది కానప్పుడు.. ఎవరిననుకొని ఏం ప్రయోజనం..?

కాస్త కుదురుకున్నాక.. బావను ఇంటికి తెచ్చాం.. దాదాపు లక్ష ఖర్చయింది.. మా అక్క మాంగల్య బలం వలన బావ తేరుకోవటానికి సంవత్సరం పట్టింది...

ఒక రోజు...

నేను వెళ్లి తలుపు తీశాను.. ఎదురుగా ఒక ఆసామి.. గబగబా ఇంటిలోనికి చనువుగా వచ్చి..

“నా పేరు.. నా పేరుదా.. పొన్నాంబలం... మధురై.. కృష్ణారావువానికిదా.. కథ చెప్పానరు.. ఊటిలో ఆ కథ దా నా వద్దుంది.. అది గొప్ప మైథాలజీ.. మీకుదా చెప్పుదును.. విందురా..”

నా వెనుక ఎవరో పడిపోయిన శబ్దం...

****

శేష ప్రశ్న

"సార్... మీ కోసం... ఎవరో అమ్మాయి వచ్చింది... ఏం చెప్పమంటారు.." అటెండర్ అప్పలకొండ వినయంగా... కొద్దిసేపు ఆలోచించాను... 'వస్తానని' చెప్పు... చేతిలో లెడ్జర్ ప్రక్కన పెట్టి లేచాను... ఏ.సి... ఆఫ్ చేశాను.. డోరు వేసి బయటకు వచ్చాను... విజిటర్స్ గదిలో.. సంధ్య.. మా అమ్మాయి. 'ఎవరో పరాయిదానిలా ఈ ఫార్మాలిటీస్ ఏమిటి'... నా పెదాల మీదకి చిరునవ్వు వచ్చింది..

"నాన్న.." నా పాదాలకు వంగి నమస్కరించింది.. నేను ఆమెను గుండెలకు హత్తుకున్నాను... ఇద్దరం సోఫాలో కూర్చున్నాం... ఒకరిద్దరు వృద్ధులు... మా వైపుగా వింతగా చూశారు... వారికి తెలియదు సంధ్య గురించి . వారి వద్దకు ఆమెను తీసుకువెళ్లాను.. ఏడుపదులు దాటిన జంట.. ఈ మధ్యనే క్రొత్తగా జాయిన్ అయ్యారు... "ఈమె.. నా కూతురు.. సంధ్య.. వాళ్ళ ఆయన అమెరికాలో ఉంటాడు. పిల్లలు కూడా... కొద్ది రోజుల క్రితం హైదరాబాద్ వచ్చింది.. ఈరోజే... నా దగ్గరకు వచ్చింది..." నా గొంతులో ఏదో అడ్డుగా ఉందనిపించింది... ఆమె.. వారి పాదాలకు నమస్కరించింది. నా గౌరవాన్ని పెంచింది.

'ఇద్దరం.. నా రూమ్ కి వెళ్ళాం.. బెల్ కొట్టాను.. అప్పలకొండ వచ్చాడు. ఓ కాఫీ తీసుకురా.. నాకు మజ్జిగ.. ఆ.. సమయం పన్నెండు కావస్తున్నది.. నేను,

అమ్మాయి ఇక్కడే భోజనం చేస్తాం.. మెస్ లో చెప్పు..” అన్నాను.. “ఆ.. పేమంట్ పాప పే చేస్తుంది.. అకౌంటెంట్ కు చెప్పు.” అతను వెళ్ళిపోయాడు..

“అమౌంట్ ఏంటి నాన్న..” అంది.. “మన భోజనాలకి.. నేను రోజు అంతే... నెలకొకసారి బిల్లు కడతాను.. ఆర్గనైజర్స్ వద్దన్నారు. ఐదు అంకెల జీతం ఇస్తున్నారు. నేను ఒక్కడిని.. ఇక్కడే ఉంటాను... నీకు తెలుసు.. మనం కట్టే డబ్బు.. మరో ఇద్దరికైనా ఉపయోగపడుతుంది.. కదా..” అప్పలకొండ కాఫీ, మజ్జిగతో వచ్చాడు. ఇచ్చి.. వెళ్లిపోయాడు...

మా మధ్య కొంత సేపు నిశ్శబ్దం.. ఇది చాలా ఏళ్లగా ఉన్నదే.. నిజానికి పెళ్లి తరువాత... సంధ్యకు నా మీద కోపం పెరిగింది. భర్తతో అమెరికా వెళ్లిపోయింది.. పిల్లల ఫోటోలు పంపింది.. వీడియోలో మాట్లాడుతుంది.. పరధ్యానంగా.. నా ఆరున్నర పదుల వయసులో ఇది నాకు క్రొత్త కాదు..

ఎందుకు సంధ్యకు కోపం.. తన అమ్మకు నేను డైవర్స్ ఇచ్చానని... ఎందుకు నాన్న ఇలా.. ఇదే ఆమె నాతో మాట్లాడిన ఆఖరి మాట.. ఆ తర్వాత అమెరికా వెళ్ళిపోయింది.. మళ్ళీ ఇదిగో ఇప్పుడు.. ఇలా.. ఎందుకో..!?

సత్యానికి మూడు కోణాలు ఉంటాయి. ఒకటి నాది, రెండోది నీది, మూడోది సత్యానిది.. చిత్రం ఏమిటంటే వాస్తవం చెప్పే మూడో మార్గం ఎవరికి అక్కర్లేదు.. పట్టించుకోరు కూడా.. నీ వర్గం వారికి నీది కరెక్టు.. నా వర్గం వారికి నేను కరెక్ట్.. అంతే..

‘సత్యం’ అసలు ఏమిటో ఎవరికి వద్దు...

***

ఉదయం 11 గంటల సమయం... అనురాగ నిలయం... వృద్ధాశ్రమం.. ఓ ఆరుపదులు దాటిన స్త్రీ రిక్షా దిగింది... కర్ర గేటు తీసుకుని లోపలికి వచ్చింది. ఎల్

ఆకారంలో మూడంతస్తుల భవనం... కొన్నింటి మీద ఏ.సి. మిషన్స్ కనిపిస్తున్నాయి... లైట్ రోజు కలర్ గోడలు.. వాటికి లైట్ ఎరుపు రంగు బోర్డర్. ఆమె పెదాలపైన సన్నని నవ్వు... ఆమె హుందాగా ఉంది. వదలని చిరునవ్వు.. ఆమె సొంతం.. లేత కుంకుమరంగు చీర.. అంతకన్నా లేతరంగు పసుపు జాకెట్... బాగా చదువుకున్న స్త్రీలా ఉంది.. ఆమె నడకలో గ్రేస్.. కళ్ళల్లో కాంతి.. సన్నని నవ్వు... చల్లని చూపు.. ఆ తల్లి బిడ్డలు అదృష్టవంతులు... భర్త అదృష్టవంతుడు..

'ఆకాశంలో.. మబ్బులు.. మెల్లగా దగ్గరకు చేరుకుంటున్నాయి. ఆమె జాకెట్ పైన ఓ వర్షపు చినుకు జారి.. ఇంకిపోయింది.. ఆమె గబగబా నాలుగు అడుగులు వేసి.. అప్పలకొండను ఏదో అడిగింది... అతడు ఆమెను సార్ గదిలో కూర్చోబెట్టాడు.. ఏ.సి వేశాడు... వద్దంది.. గది తలుపులు తీసింది.. కర్టెన్ తొలగించి.. దట్టంగా మబ్బులు.. గాలి బలంగా వీచింది.. మనసులో ఏదో దిగులు... అతని ఎదురు పెడితే ఏం చెప్పాలి.. ఏమో.. ఏమి ప్రిపేరయి రాలేదు.. వెనకకు వచ్చి కుర్చీలో కూర్చుంది.. గదిని చూసింది.. బాగుంది.. ఒకవైపు తనకు నచ్చిన మదర్ థెరిసా, శ్రీకృష్ణుడు, గాంధీ చిత్రాలు.. పుస్తకాలు.. శ్రీశ్రీ, తిలక్, చలం, బుచ్చిబాబు, రంగనాయకమ్మ, యద్దనపూడి పుస్తకాలు చూద్దామని లేవబోయింది.. అప్పలకొండ కాఫీ కప్పుతో వచ్చాడు.. వేడిగా ఉంది.. ఓ మంచి వాసన వస్తున్నది.. నెస్కేఫ్ అనుకుంటా.. బాగుంది.

బయట వర్షం.. వేడిగా కాఫీ.. మెల్లగా తాగుతూ.. "మీ పేరు.." అతడు గాబరా పడ్డాడు.. "అమ్మా.. మీరెవరో తెలియదు.. నన్ను అప్పలకొండ అంటే చాలు.. మీరు అనకండి" సిగ్గుపడుతూ.. భయపడుతూ.. ఆమె నవ్వి "సరే" అంది.. "అవును.. మీ హెడ్ గారు లేరా.. ఎప్పుడు వస్తారు.. నేను వచ్చినట్టు చెప్పు.." అంది.. "అమ్మా... అయ్యగారు.. కలకత్తా వెళ్లారు.. ఈ మధ్య వాళ్ళమ్మాయి కూడా

వచ్చింది.. బహుశా ఇద్దరు కలిసి.. అదేదో నికేతన్ వెళదాం అనుకున్నారమ్మా" అన్నాడు ఏదో ఆలోచిస్తూ.. "శాంతినికేతన్" అన్నదామె.. 'నాకు ఎంతో ఇష్టమైన ప్రదేశం.' అనుకుంది... "ఎప్పుడు వస్తారు" అన్నాను నిరాశగా... ఓ నాలుగైదు రోజులు పడుతుంది. అంతవరకు రామచంద్రరావు గారు పనులు చూస్తారు. ఆయన ఇంటికి వెళ్లారు.. సాయంత్రం వస్తారు..."

ఆమె క్షణం సేపు ఆలోచించి.. "ఇంద ఈ ఉత్తరం అయ్యగారు వస్తే ఇవ్వు.. ఎవరిచ్చారో అందులో ఉంది.. నేను బయలుదేరుతాను.. వస్తే చెప్పు.." అని కుర్చీలోంచి లేచి, బ్యాగ్ లో ఉన్న ఓ గులాబీరంగు కవరు అప్పలకొండ చేతిలో ఉంచింది. బయలుదేరబోతుంటే.. "అమ్మా భోజనం చేసి వెళ్లండమ్మా.. ఈ టైంలో వచ్చినవారికి భోజనం పెట్టకుండా పంపితే నా ఉద్యోగం తీసేస్తారమ్మా..." అన్నాడు చేతులు నలుపుకుంటూ.. "నేను చెప్పనులే.." అన్నాను సరదాగా.. నా మనసులో అలజడి.. ఓ విధంగా "నేను మళ్ళీ రానులే" అందామనుకుంది ఆమె.. మళ్లీ యధావిధిగా ఆమె పెదాలపైన చిరునవ్వు.. కళ్ళల్లో గాంభీర్యం.. "అమ్మా.. అమ్మా.. దయ చూడండమ్మా.. పిల్లలు గలవాణ్ణి" బతిమాలాడు. సరే.. అన్నదామె.. అప్పలకొండ వెళ్ళిపోయాడు. జీవితమే పెద్ద రాజీ.. నిర్ణయానికి, అమలుకి మధ్య బీటలుపడ్డ వంతెన.. ఎక్కడో చదివిన వాక్యం గుర్తుకు వచ్చింది..

బయటకు వచ్చిందామె.. పన్నెండున్నర సమయంలో అందరూ డైనింగ్ హాల్ వైపుగా నడక సాగిస్తున్నారు.. ఒక వందమంది వరకు ఉన్నారు.. ఆ దిశగా కదులుతున్నవారు.. అందరూ ముఖాలలో ఇది అని చెప్పలేని బాధ.. నిర్లిప్తత.. అయినా ఉత్సాహంగా ఉన్నారు.. మగవారే ఎక్కువమంది.. జంటలు తక్కువ. అందరూ ఏడుపదులు దాటిన వారులానే ఉన్నారు.. ఎవరిని ఏమీ అడగాలనిపించలేదు.. తనకు తెలుసు అటువంటి వారి కథలు. తను దేశమంతా

తిరిగింది. ఎన్నెన్నో ఆశ్రమాలను చూసింది. మదర్ 'నిర్మల్ హృదయ్'ను సహితం చూసింది. తాను టీచరుగా పనిచేసి.. ఓ ఐదు సంవత్సరాల సర్వీసు ఉండగానే పదవీ విరమణ చేసింది. పెళ్లయి, ఇద్దరు పిల్లలు కూడా ఉన్నారు.. తన భర్త కూడా టీచరే.. ప్రభుత్వ ఉద్యోగాలు చేసిన వారమే... కనుక వీరంతా నాకు కొత్త కాదు. ప్రదేశమే కొత్త..

భోజనాల గదిలో నన్ను ప్రత్యేకంగా అందరికీ పరిచయం చేశాడు అప్పలకొండ.. "బాబు గారి కోసం వచ్చారు.." అని. అందరూ భోజనాలు నిశ్శబ్దంగా.. క్రమశిక్షణతో చేస్తున్నారు. శాంతి మంత్రంతో ప్రారంభించారు... బయట జోరుగా వర్షం పడుతున్నది. కిటికీలలోనుంచి కనిపిస్తున్నది. శ్రావణంలో వర్షం.. బాగుంటుంది.. భోజనం బాగుంది.. ఒకామె నా దగ్గరకు వచ్చి... "అమ్మా మీరు ఎంతో బాగున్నారు. ఇక్కడ ఉంటారా... మిమ్మల్ని ఎక్కడో చూసినట్టుగా ఉంది.. గుర్తుకు రావటంలేదు.. నా పేరు భాగ్యం.. భాగ్యలక్ష్మి..." అని ఒకసారి... నా బుగ్గలను రెండు చేతులతో పట్టుకొని.. ఓ బుగ్గను లాగి వెళ్ళిపోయింది.. ఆమె ప్రవర్తన నాకు వింతగా అనిపించలేదు. ఆమె తల్లితనాన్ని తక్కువ చేయలేను...

అందరూ వెళ్ళిపోయారు.. ఎవరికి నా గురించి ఏమీ అనిపించలేదు. ఆసక్తి కనిపించలేదు.. "వారిని అలా ఉండమంటారమ్మ శంకరం బాబు... క్రమశిక్షణ... భోజనాన్ని ప్రేమించాలంటారు. మీరు కానీ.. ఒక్కసారి వారి గదులకు వెళితే తెలుస్తుంది.. వారి బాధ.." అప్పలకొండ వ్యాఖ్యానం.. నాకు తెలుసు అనుకున్నదామే...

"వర్షం తగ్గింది.. నేను బయలుదేరుతాను అప్పలకొండ.. అవును.. నీకు ఆడపిల్లలు ఉన్నారా.." "ఉన్నాదమ్మ.. ఒకమ్మాయి.. దానికి పెళ్లి చేయాలి.. శంకరం బాబు... సహాయం చేస్తాను. మంచి సంబంధం చూసుకోమన్నారు.."

అన్నాడు.. నేను బయటకు వచ్చాను.. నన్ను గేటు వరకు దిగబెట్టి ఆటో కోసం చూస్తున్నాడు. "ఇంద... ఇది మీ అత్త జాకెట్టు కొనుక్కోవడానికి ఇచ్చిందని మీ పాపకివ్వు.." అని అతని చేతిలో నాలుగు ఐదు వందలు కాగితాలు పెట్టాను.. అతను తీసుకోనని మొరాయించాడు. చివరకు "పాపకు నేను అత్తను",.. ఎన్నో విధాలుగా భయపెట్టిందామె.. చివరికి తీసుకున్నాడు.. "బాగుంది మీ బాబు గారి క్రమశిక్షణ" అన్నాను మెచ్చుకుంటూ.. అతను హాయిగా నవ్వేసాడు.. మెచ్యూరిటీ కన్నా సెంటిమెంటు బాగా పనిచేస్తుందని బహుశా ఆమె అనుభవం ఆమెకు చెప్పి ఉంటుంది.. ఆమె ఆటో ఎక్కింది.. "అమ్మా! మీ పేరు ఏమని చెప్పాలి.." అన్నాడు అప్పలకొండ.

"సరోజ..." ఆటో కదిలింది..

***

నాలుగు రోజులు తర్వాత... పాపను తీసుకుని.. నేను ఆశ్రమానికి వచ్చాను.. రాగానే సంధ్య రూమ్ కి పంపి, నేను ఆఫీసుకు వచ్చాను. అప్పలకొండ వచ్చి విషయాలన్ని చెప్పాడు.. సరోజ వచ్చిందా.. ఎందుకు?.. ఉత్తరం చేతిలో పెట్టి వెళ్లిపోయాడు.. నేను ఉత్తరాన్ని విప్పుదామనుకొని, ఆగాను.. సరోజ నాకు పూర్తిగా తెలుసు.. జీవితానికి నాలుగు సూత్రాలున్నాయి.. మనం సుఖంగా ఉండాలి. మన సుఖం ఇతరులకి దుఃఖం కలిగించకూడదు.. మన ప్రస్తుత సుఖం మనకి గిల్టీ ఫీలింగ్ ఇవ్వకూడదు. మన భవిష్యత్తును నాశనం చేయకూడదు. ఇది నేను నమ్మిన సిద్ధాంతం. కాకుంటే చిన్న మార్పు చేసుకున్నాను. సుఖం కన్నా స్వేచ్ఛ మంచిదని నా అభిప్రాయం. అదే సరోజకు చెప్పాను. ఆ రోజు నాకు ఇంకా గుర్తుంది...

కుర్చీలో రిలాక్స్ అయ్యాను. ఏ.సీ. చల్లగా ఉంది.. నిశ్శబ్దం.. నా చుట్టూ నాలోన.. సమయం.. పది కావస్తున్నది.. ప్రయాణ బడలిక ఉంది.. కానీ.. సరోజ

ఆలోచనలు నన్ను వదలడం లేదు.. చెప్పి రావచ్చుగా.. అబ్బే.. తన అనుకున్నదే జరిగిపోవాలి.. అలా కళ్ళు మూసుకున్నాను.. మగతగా.. ఎవరివో మాటలు వినిపిస్తున్నాయి.. చిరపరిచితమైన గొంతు.. నాకు కావలసిన గొంతు.. మార్ధవం, ఆజ్ఞ కలగలిసి చెప్పే గొంతు.. తీయదనంలో గదమాయింపు ఆ గొంతు ప్రత్యేకత...

"కృష్ణమూర్తి విషయంలో నీకేమైనా.. అనుమానాలు ఉన్నాయా..."

ఆంధ్రా యూనివర్సిటీ బయాలజీ లేబ్ పరిసరాలలో చెట్టు కింద తను.. నేను...

"లేవు.. అతను నిన్ను అక్క అనే పిలుస్తాడుగా.. నన్ను మర్యాదగా బావా అంటాడు.. ఇంకెందుకు అనుమానం.."

"కానీ.. నాకు మదర్ ఆదర్శం.. సేవ చేయాలనేది నా లక్ష్యం.. కృష్ణమూర్తిది అదే ఉద్దేశ్యం.. కానీ.. మనమిద్దరం..." సరోజ ప్రశ్న.

"పర్వాలేదు.. నాకెలాంటి ఇబ్బంది లేదు. నీ వ్యక్తిత్వమును నేను ప్రేమించాను. ఆధారపడటం నాకు ఇష్టముండదు. నీకు కూడా అని తెలుసు. నీ గురించి పూర్తిగా తెలుసు.. ప్రేమంటే ఏమిటో మనం ప్రేమిస్తే కదా తెలుస్తుంది.. అర్థమయిందా..." "చదువు పూర్తయి.. ఉద్యోగాలు వస్తేనే మన పెళ్లి.. లేకుంటే వద్దు. సరేనా.." ఆమె భావం నాకు అర్థమైంది..

ఆంధ్ర విశ్వవిద్యాలయం చదువు పూర్తయి, కొవ్వూరులో బి.ఈడి పూర్తి చేసాము.. మూడు పదుల కాలం క్రిందట.. ఇద్దరికీ ప్రభుత్వ ఉద్యోగాలు వచ్చాయి. టీచర్లుగా స్థిరపడ్డాము...

తదనంతరం.. పెళ్లి.. ఇద్దరు పిల్లలు... వారి చదువులు.. పెళ్లిళ్లు.. ఇదిగో.. ఇలా.. జీవితాలు...

ఆమె తన సేవా కార్యక్రమాలు విస్తృతం చేసింది. కొడుకు, కోడలు, కూతురు, అల్లుడు ఒకరు డాక్టర్ గా, ఒకరు ఇంజనీర్ గా అమెరికాలో స్థిరపడిపోయారు.. వడ్డించిన విస్తరి జీవితం.. కానీ.. ఆమె ఆలోచనలు అక్కడితో ఆగలేదు.. ఆమె ఎందుకో నలిగిపోతున్నది.. ఎంతో రాత్రి అయితే గాని ఇంటికి రాలేకపోతున్నది.. పెళ్లయిన నాటి నుంచి కూడా భార్యగా తను నాకేమీ లోటు చేయలేదు.. నా వారిని తక్కువ చేయలేదు. నా చెల్లెలు పెళ్లికి తనే పెద్దగా నిలబడింది.. లక్షల్లో ఖర్చు చేసింది.. కానీ.. ఆమెలో ఏదో అసంతృప్తి.. కృష్ణమూర్తితో ఆమె చాలా దగ్గర అనే అనుమానం నా బంధువర్గంలో స్థిరపడింది..

ఓ పది సంవత్సరాల క్రితం.. ఓ రోజు.. "నా అశాంతికి కారణం ఏమిటంటావు.. ఏదో కావాలనుకుంటున్నాను.. ఏమిటంటావది..?" సరోజ ప్రశ్న... ఓ వెన్నెల రాత్రి.. అరకు 'వెన్నెల' రిసార్ట్ లాంచ్ లో కూర్చున్నాం.. నవంబర్ నెల.. శీతకాలపు చలి.. ఆమె అడిగిన ప్రశ్న..

"బహుశా నీ లక్ష్యం.. నీ ఆశయం.. పూర్తవలేదేమో.. నీకు సంపూర్ణమైన స్వేచ్ఛ అవసరమేమో.. ఆలోచించావా.." అన్నాను... ఆమె నా నుంచి కాస్త దూరంగా జ...రి...గి.... "కావచ్చు" అంది. నాకర్థమైంది.. పద.. గదికి పోదా'మన్నాను... ఇద్దరం లేచి బయలుదేరాము.. ఎందుకో ఆ వెన్నెల రాత్రి నాకేదో చివరి సందేశం ఇస్తున్నదనిపించింది..

***

వారం రోజులు తర్వాత... కృష్ణమూర్తి, తాను.. మరికొందరు ఆడవారు మా ఇంట్లో ఉన్నారు.. నేను స్కూల్ నుంచి ఇంటికి చేరేసరికి సందడిగా ఉంది... ఉత్తరాఖండ్ వరదల గురించిన చర్చ వారి మధ్య నడుస్తున్నది... నేను ఫ్రెష్ అయి వచ్చాను.. ఆమె నాకు టీ ఇచ్చింది.. వారందరితోపాటు... 'బావగారు.. మేమంతా

అక్కడికి వెళుతున్నాము.. రావడానికి ఓ నెల పట్టవచ్చు. పర్వాలేదా..” అన్నాడు.. మెల్లగా.. ‘పరవాలేదు వెళ్ళండి.. నేను నా చెల్లిని రమ్మంటాను..” అన్నాను.. ముభావంగా.. ఆమెకర్థమైంది నా భావం.. నాకు అర్థమైంది ఆమె ఆశయం.. “నీ కీర్తి దిగంతాల పరిధి దాటి విస్తరించడం నాకు సంతోషాన్నిస్తుంది. నా ప్రేమ కోసం నీ కీర్తిని బలిపెట్టలేను” మనసులో అనుకున్నాను.. కానీ.. నాకు తెలుసు.. పర్యావసానాలేమిటో...

అంతే... ఆ తర్వాత.. ఆమె మరి తిరిగి రాలేదు.. నిర్మల్ హృదయలో చేరిపోయిందని ఓసారి కృష్ణమూర్తి ఫోన్ చేశాడు. తను కూడా అక్కడే కార్యకర్తగా చేరిపోయాడట..

“సార్.. కాస్త.. స్నానం, టిఫిన్ చేసి.. నిద్రపోతే...” అప్పలకొండ పిలుపు... వెనుకనే సంధ్య.. “ఏంటి నాన్న కుర్చీలోనే నిద్రపోతున్నావు...” అంది... కలకత్తా నుంచి విశాఖ వస్తున్న విమానంలోనే అన్ని తనకి చెప్పాను..

ఆ సాయంత్రం... సంధ్య రాత్రి ఫ్లైట్ కి చెన్నై బయలుదేరింది.. బయట ఆటో ఉంది... ఆమెను నా రూమ్ కు తీసుకువెళ్ళాను.. రాత్రి టిఫిన్ చేసాము. ఫ్లయిట్ రాత్రి పదకొండున్నరకి.. ఏడయింది.. ఫర్వాలేదు.. “మీ అమ్మ, నేను విడిపోలేదు... కొంత గ్యాప్ తీసుకున్నాం అంతే.. మీ అమ్మ ఇక్కడికి వచ్చింది తెలుసా... ఇదిగో ఈ ఉత్తరాన్ని నాకు ఇవ్వమని ఇచ్చింది. ప్రేమంటే శృతిమించినప్పుడు.. శుష్కించినప్పుడు ఒకేలా ఉంటుంది. అమ్మది విశ్వజీనీనమైన ప్రేమ.. నీకర్థమవుతుందిలే.. నువ్వు కూడా తల్లివేగా.. ఇదిగో అమ్మ రాసిన ఉత్తరం..” అని ఆమె చేతిలో పెట్టాను.. “విప్పి చూడలేదా.. నాకెందుకు ఇస్తున్నావు.. నువ్వుకదా నాన్న చదవాలి...”అంది.. “లేదమ్మా.. ఆమె హృదయం నాకు తెలుసు.. ఆమె ప్రేమ స్వచ్ఛమైనది.. ఆమె నా దగ్గర లేకపోయినా.. ఆమె జ్ఞాపకాలు చాలు.. ఆ..

పదా.. బయలుదేరుదాం..” అన్నాను.. ఇద్దరం ఆటో దగ్గరికి వచ్చాం.. అప్పలకొండ ఆమెను ఎంతో గారాబంగా చూసుకున్నాడు.. ఆమె ఏదో ఇవ్వబోయింది.. తీసుకోలేదు.. ‘గుర్తుంచుకో చిన్నమ్మా...’ అన్నాడు..

ఆమె.. నా దగ్గరకు వచ్చి.. “నాన్న భాగ్యలక్ష్మి ఎవరు... నన్ను కాలు కింద పెట్టనీయకుండా ఈ నాలుగు రోజులు సేవలు చేసింది... పెద్దావిడ చెప్పినా వినలేదు.. మీకు చెప్పద్దు” అంది.. “పద ఆటో ఎక్కు..” ఆమె ఎక్కి కూర్చుంది... ఆమె ముఖంలో ప్రశ్న..

‘ఆ విషయం.. కూడా మీ అమ్మ ఉత్తరంలో రాసి ఉంటుంది. చదివి తెలుసుకో...’ అన్నాను.

ఆటో ముందుకు కదిలింది...

****

'నిను వీడని నీడను....'

"మీ ఇద్దరి జంట భలే ముచ్చటగా ఉంటుంది వదిన" అంది నేను, నా భార్య బయటకు వెళ్ళేందుకు గేటు తీసి వస్తుంటే... ప్రక్కింటి సునంద...

"అవునా..వదినా.. అది మీ అన్నయ్యగారికి నాపట్ల ఉన్న ప్రేమమరి..." అంది నా శ్రీమతి శ్లేషతో... నాలుగు గోడల మధ్య భర్త ఎంత మంచిగా... విశ్వాసంగా... నమ్మిన బంటులా ఉన్నా ఈ భార్యలింతే...

"షాపింగ్ కా వదినా..." సునంద

"అవునొదినా... పండక్కి బట్టలకోసం.. పిల్లలు వస్తున్నారుగా"

"సరే... మీ అన్నయ్య వస్తే నేను అడగాలి.. ఏంటో ఆయన నా మాట ఎప్పుడూ వినరు..." అంది సునంద... తలకొట్టుకొని...

"ఈయన కూడా ఇంతే..." అని నా భార్య కూడా మనసులో అనుకొని ఉండవచ్చునని నా అనుమానం.. మేము నవ్వుతూ బయటకు వచ్చి బండి తీసి బయలుదేరాము...

***

విశాఖపట్నం... జగదాంబ జంక్షన్ నుంచి సి.యం.ఆర్. సెంట్రల్, విశాలాంధ్ర బుక్ హౌస్ వరకు జనం తండోపతండాలుగా ఉన్నారు.. అయినా.. సిటీ బస్సులు, ఆటోలు 'తగ్గేదిలే..." అన్నట్లుగా పరుగులు తీస్తున్నాయి. మేము ఆ జంక్షన్

కు వచ్చేసరికి అరగంట పట్టింది.. మేముండేది ఓల్డ్ డైరీఫారం దగ్గర కాని... ఇక్కడ నుంచి ముందుకు వెళ్ళటానికి కుదరటం లేదు. బట్టలషాపులు, బంగారం షాపులు.. హోటల్స్.. ఫుట్ పాత్ వ్యాపారం.. ఫాస్ట్ ఫుడ్స్... అబ్బో.. అదో మాయాబజార్ ను తలపిస్తున్నది.మా ఆవిడ ముఖంలో సంభ్రమం.. నా గుండెల్లో దు:ఖం..

"ఏమండి..." అంది గోముగా... బంగారు లేడి కోసం సీత రాముడిని అడిగిన చందంగా.. నేను కలియుగ రాముడినేమో ననిపించింది.. కలియుగ రావణాసురులు ఏరి.. అంటారా.. ఇదిగో.. ఈ షాపింగ్ మాల్స్ వారే.. అవన్ని బంగారు లేడి వంటివే మరి....

"చెప్పండి" అన్నాను... "కార్డు" అంది.. 'నీ దగ్గరే ఉందిగా' అన్నాను.... "అవును కదూ..." మరచిపోయానంది.. అవునులే ఈ మెరుపుల ప్రపంచంలోకి ఎప్పుడు... ఎవరొచ్చినా అంతే... మంచి బట్టలు షాపులోకి వెళ్ళింది.. సమయం చూసుకున్నారు.. ఆరయింది.. డిశంబర్ నెల... చీకటి పడింది.. కాని.. పగలు మాదిరిగానే ఉంది. విశాఖ నగరం అంతే.. అంత తొందరగా నిద్రపోదు.. పోనీదు... ప్రపంచ నాగరికత అంతా ఇక్కడే తిష్టవేసుకు కూర్చుంది.. గడిచిన రెండు దశాబ్దాలుగా...

ఆమె లోపలుకు వెళ్ళింది.. నేను అలా.. దశపల్లా హోటల్ వైపు అడుగులు వేసాను.. నాకు తెలుసు ఆమె వచ్చేసరికి బహుశా.. తొమ్మిదిన్నర.. పది కావచ్చు.. ఏదో ఒకటి.. హోటల్ లో తినేసి... ఇంటికి వెళ్ళి పడుకోవడమే.. రేపు మళ్ళీ డ్యూటీ.. ఆదివారాలు... వీకెండ్స్ అని ఇలా.. పండగ సీజన్.. పిల్లలు వస్తారు.. పాప.. బెంగుళూర్ లో టెకీ.. బాబు.. బిడిఎస్ చేసి.. చెన్నైలో కోడలుతో ఉంటున్నాడు.. నేను తెలుగు లెక్చరర్ గా చేస్తున్నా.. మరో సంవత్సరం సర్వీసుంది.. అంతే..

"హలో సార్.." అనే పిలుపుతో.. ఈ లోకంలోకి వచ్చాను.. నా ప్రక్కన ఒక శాల్తి వచ్చి చేరింది.. "మీరు.. మా పొరుగింటి మిత్రులు కదా" అతడు సునంద భర్త... ఏమిటో మగవారి పరిచయాలు.. 'ఎ.. పార్ట్... మెంటల్ కల్చర్' వచ్చాక.. మరీ అపరిచితులుమయి పోతున్నామనిస్తుంది.. ఆడవారు మాత్రం వరసలు కలుపుకొని మరీ వాయినాలు ఇచ్చేసుకుంటున్నారు...

"అవును సార్.. గుర్తుపట్టారే.. అదేమిటి ఒక్కరు ఇలా.." అన్నారాయన.. "లేదండి.. నేను.. నా మిసెస్ వచ్చాము.. ఆమె.." నేను చెప్పటం పూర్తి చేయలేదు.. "ఆవిడ బట్టలషాపులోకి వెళ్ళి ఉంటారు" అని ఆయనే పూర్తి చేసాడు..

నేను నవ్వి "అంత కరెక్టుగా ఎలా చెప్పగలిగారు..." అన్నాను.

"అనుభవం సార్... ఈ సమయంలో.. చలిలో.. ఆదివారం పూట.. ప్రశాంతంగా... వెచ్చగా... ఇంట్లో కూర్చోకుండా.. ఇలా దేశదిమ్మరిలా రోడ్లంట తిరుగుతున్నామంటే... కారణం.." అన్నాడు నవ్వుతూ.. ఇద్దరం నవ్వుకున్నాం..

"పదండి.. అలా వెళ్ళి.. సరదాగా టీ తాగుదాం.." అన్నాను.. "సరదాగానా..." అన్నాడాయన.. మెల్లగా నవ్వి..

ఇద్దరం.. దసపల్లా వైపు నడిచాం... సెక్యూరిటీ సలాం చేసాడు. మేము చూడనట్లే చూసి వెళ్ళిపోయాము.. ఇది నటుల ప్రపంచం మరి.. నాకీ హోటలంటే చాలా ఇష్టం.. విశాలంగా.. హాయిగా.. ప్రశాంతంగా ఉంటుంది.. ఇక్కడ సర్వర్లు అదృష్టవంతులనుకుంటాను.. నాకు నవ్వు వచ్చింది..

"ఎందుకా నవ్వు..." అన్నాడు మా ప్రక్కింటాయన...

రెండు స్ట్రాంగ్ టీ.. పెద్ద సైజు ఆర్డరిచ్చాడు... బేరర్ వెళ్ళిపోయాడు..

"మీ ఆవిడ కూరలు బాగా చేస్తుందనుకుంటా.." అన్నాడు సంబంధం లేకుండా.. చెబుతూ...

"మీ ఆవిడ కూడా..." అన్నాను నేను తేలికగా.."అదేమి అలా అన్నారూ" అన్నాడాయన.

"పొరుగింటి పుల్లకూర రుచికదా" అన్నాను..

ఇద్దరం హాయిగా.. చల్లగా (ఏ.సి.వలన).. నవ్వుకున్నాం.

"అవును సార్ పుల్లకూర అని ఎందుకంటారు.. కూర అంటే సరిపోతుందిగా" అని తన సందేహం వెలుబుచ్చాడు..

"నిజం చెప్పమంటారా... అబద్ధం చెప్పమంటారా.." అన్నాను.. పాతాళభైరవిలో తోటరాముడి స్టయిల్ లో...

"నిజమే చెప్పండి మహాశయా.. నగరంలో అది మరీ కరువయిపోయింది..." ఏమాటకామాటే చెప్పుకోవాలి.. మా ప్రక్కంటాయన జోవియల్ గా ఉంటాడు.. వ్యంగ్యంగా మాట్లాడటంలో దిట్ట...

"అంటే నిన్న, మొన్న మిగిలిపోయిన కూరలు వేడి చేసి ఇస్తారు కదా.. అందుకని.." అన్నాను.. ఆయన గట్టిగా నవ్వేసాడు.. అందరూ.. ఒక్కసారి మా వైపు చూసారు. ఆ తరువాత ఎవరి 'తిండి'లో వారు మునిగిపోయారు... ఇంతలో బేరర్ టీలు తెచ్చాడు. వేడిగా.. మంచి వాసనతో... 'ఇలాచీ' వాసనతో ఉంది... చక్కగా ఆస్వాదించి త్రాగేము.. బిల్ ఆయనే కట్టేడు.. బయటకు వచ్చి.. ఆయన బండి తీసి బయలుదేరాడు... "వస్తాను సార్.. చాలా హేపీగా ఉంది. మీతో టైం స్పెండ్ చేయటం.. మళ్ళీ కలుద్దాం..." అన్నాడు.

ఫోన్ మ్రోగింది.. "నిను వీడని నీడను నేనే..." రింగ్ టోన్ ... నాదే... "ఏంటండీ ఆ దెయ్యాల పాట.. మార్చకూడదు.." అంటుంది... మా ఆవిడ.. ఆన్ చేసాను..." అయింది. రండి..

ఇక్కడ పెద్దగా ఏమీ లేవు..." అని ఆగింది... "అంటే..." వాచి చూసుకున్నాను.. "మరో మజిలి" సమయం ఎనిమిదిన్నర. "చూద్దాం.. ఆవిడ ఉద్దేశ్యం ఏమిటో..." అనుకున్నాను.

నేను షాపు బయట నిల్చున్నాను.. ఆమె వచ్చింది.. రెండు చేతులతో నాలుగు సంచులు.. లేడీ బ్రహ్మలా కనిపించింది. "పదండి.. ఆకలి వేస్తున్నాది... టిఫిన్ చేద్దాం..." అంది..

"హమ్మయ్య" అనుకున్నాను... దగ్గర్లో.. ఫుడ్ సెంటర్ కి వెళ్ళాం.. నేను లైట్ గా .. ఆమె హార్డ్ గా తిన్నాము..

బయలుదేరాము... ఇంటికి చేరేసరికి పది అయింది.. బండి.. పార్క్ చేసి.. లిఫ్ట్ దగ్గరకు వచ్చాము.. మా ఆవిడ నాకు ముద్దిచ్చింది.. నన్ను మెచ్చుకుంటూ అనుకుంటా.. ఆడవాళ్ళందరూ 'మంచివారే. కొందరు 'గుడ్ ఫర్ నథింగ్', కొందరు 'గుడ్ ఫర్ సమ్ థింగ్'...

'నువ్వు పద నేను వస్తాను... బండికి తాళం మరచిపోయాను..' అన్నాను...

ఇంతలో మా ప్రక్కింటాయన వాకింగ్ చేస్తూ.. కాదు ముగించుకొని అనుకుంటా...

"సార్... షాపింగ్ కి లేదా... సినిమాకి... ఇలా... ఎప్పుడూ... ఇద్దరూ.. వెళుతుంటారెందుకని..." అన్నాడు నవ్వుతూ...

"మీరు ఎవరికి చెప్పనంటే చెబుతా..." అన్నాను

"ప్రామిస్... చెప్పను.. చెప్పండి..." అతని ముఖంలో ఆసక్తి దేశ ఎల్లలు దాటినట్టుగా నాకనిపించింది.

"నా భార్య మీతో పోలుస్తూ ఎప్పుడు తిడుతుంది.. బయటకు రమ్మంటే టి.వి.కి అతుక్కుపోతారని..." అని అసూయగా కూడా అన్నాడు...

"మీరు అలా మౌనంగా ఉంటే ఎలా చెప్పండి" అన్నాడు...

నేను... మెల్లగా... "నాకు అలానే ఉంటుంది..హాయిగా... టీ.వి. చూస్తూ.. పాత సినిమా పాటలు వింటూ ఉండాలని..." ఆగాను...

"మరి..." అన్నాడు గొప్ప ఉత్సుకతతో... చెప్పకపోతే అతని గుండె ఆగిపోతుందేమోననే భయం నన్ను ఆవహించింది...

"ఆమె అది గ్రహించే.. టి.వి. రిమోట్ తన హాండ్ బ్యాగ్ లో వేసుకుంటుంది.. మరి.."

నేను ముందుకు కదిలాను..

అయనంటారా... ఏమో....!?

****

ప్రకృతి సూత్రం

రాత్రి పదిగంటల సమయం.. నేను ఇప్పుడే ఇంటికి చేరాను..

"ఏమండీ.. ఆలస్యం.." అంది ఆ భార్య.. కేరేజి అందుకుంటూ..

"డి.ఇ.ఓ.. ఆఫీసులో మీటింగయింది.. హెచ్.ఎం లతో... తరువాత బస్సులు లేవు.." అన్నాను.. స్నానం చేసి.. డైనింగ్ టేబులు దగ్గరికి చేరేసరికి పదిన్నర..

"బాబు తిన్నాడా.." అన్నాను.. "ఆ.." అంది పొడిగా.. నాకు కంచం పెట్టి వడ్డన ప్రారంభించింది.. "నువ్వు తిన్నావా.." "ఆ.." అంది.. మళ్ళీ..

"ఏమి అలా ఉన్నావు..." అన్నాను.. నా భోజనం ముగించి లేచాను.. అలసటగా మంచం మీద వాలేను... వంటగది సర్దేసి తను వచ్చి నా ప్రక్కన వాలింది..

"ఏమండి.." అంది.. ఏదో చెప్పాలనుకుంటున్నట్టుంది...

"ఏమిటి.." అన్నాను.. నిద్ర కళ్ళతో... 'నిద్రపోతున్నారా.." అంది.. "లేదు.." చెప్పు అన్నాను...

"బాబు ముంబాయి వెళతానంటున్నాడు..."

"వెళ్ళని.." అన్నాను.. మగపిల్లాడు.. బి.టెక్ చేసాడు.. ట్రిబుల్.ఇ.. మంచి కాలేజీలో చదివాడు.. మంచి మార్కులతో.. బ్యాక్ లాగ్ లేకుండా.. సర్టిఫికెట్ తెచ్చుకున్నాడు.. ప్రభుత్వాలు ఉద్యోగాలు ఇచ్చే స్థితి లేదు..

"అది కాదండి.." అంది.. నసుగుతూ.. "సరే.. ఉదయం మాట్లాడుకుందాం.. ఏమి ఎక్కువగా ఆలోచించకు పడుకో..." అన్నాను.. ఆమె నా ప్రక్కన వాలిపోయింది...

ప్రేమ చేత ప్రభావితమై, జ్ఞానం చేత నడిపింపబడేదే ఉత్తమ జీవితం... నా భార్యకు తెలుసు.. తను ఎమ్మెస్సి మేథ్స్ చేసింది...

***

ఉదయం నాలుగున్నర ప్రాంతం.. ఆ సమయంలో లేవటం నాకిష్టం. చల్లనిగాలి.. అప్పుడప్పుడు కదిలే మనుషుల సవ్వడి.. నిశ్శబ్ధం.. దూరంగా కుక్కల అరుపులు.. సెల్ ఫోన్ లు మ్రోగని సమయం..

వాలు కుర్చీలో వాలాను.. పిచ్చుకలు గుర్తుకు వచ్చాయి.. వాటికోసం ఇంటిముంగిట్లో రోజూ బియ్యం వేస్తాను.. దానికోసం.. చిన్న ఏర్పాటు చేసాను... వెళ్ళి చూసాను.. నాలుగు రోజుల క్రితం వేసిన క్రొత్త ధాన్యం.. అలాగే ఉన్నాయి.. ఒక్క గింజ కూడా అవి తినలేదు.. ఎలా తెలుసుకున్నావని మీకు సందేహమా..? అవి గింజలు తింటే క్రింద ధాన్యం తొక్కలు పడతాయి. అవి లేవు.. అంటే.....!?

నేనేమీ తుడవలేదు... అవి తినలేదు.." అంది ఆవలిస్తూ... నా భార్య దగ్గరకు వచ్చి... మాకిది అలవాటే.. నేను ప్రభుత్వ టీచరుగా చేస్తున్నాను.. రిటైర్మెంట్ దగ్గరకు వచ్చేసా.. ఒక్కడే కొడుకు.. లేటుగా పుట్టాడు.. వాడంటే నా భార్యకు ప్రాణం.. వాడికోసమే... తన చదువుకు తగిన ఉద్యోగం ఎన్ని స్కూల్స్ వాళ్ళు ఆఫర్ చేసినా వదిలేసింది.. వాడితోనే తన బ్రతుకనుకుంటుంది. వాడు కూడా అంతే..

అమ్మ కూచి.. పెళ్ళి చేయాలి.. ఎందుకో వాడు ముంబాయి వెళతానంటే భయపడుతుంది.. వాడు వెళ్ళకుండా నేను చూడాలి.. అది తన ఊహ..

ప్రేమ బంగారు బుడగలా కలలతో నిండి ఉంటుంది. మేల్కొంటే పగులుతూ, అమితత్వంతో మనల్ని నింపుతుంది. నా భార్య స్థితి అదే.. కాని.. మగపిల్లాడి చుట్టూ 'కుటుంబం' అల్లుకొని ఉంటుది.. తనకు తెలియదని కాదు.. ప్రేమంటే హృదయంతో అభిమానించటం.. అభిమానించటమంటే బుద్ధితో ప్రేమించటం..

గాలి చల్లగా ఉంది.. పిచ్చుకలు.. వచ్చాయి.. కాని.. గింజలను తినలేదు.. మా ఉనికిని గ్రహించి ఎగిరిపోయాయి.. 'ఎందుకని తినలేదంటావు " అన్నాను.. 'ఏమో నాకేం తెలుసు...' అంది మెల్లగా నవ్వి.. నాకు తెలుసు నా భావాలు ఆమెకు అర్థమయ్యాయని..

"చూసావా ప్రకృతిని.. సన్నని వెలుతురు.. దాని వెనుక విడిపోతున్న చీకటి తెరలు.. అలవాటు పడుతున్న మనుషులు.. ప్రకృతిలో ఎగరటం, నేర్చుకోవటం అనే అంశాలున్నాయి.. పిచ్చుకలకు ఉచితంగా దొరికే గింజలు కన్నా.. స్వేచ్ఛగా బయటికెగిరి మిగిలిన పిచ్చుకలతో కలసి సంపాదించుకోవటం... కలిసి పనిచేయటం.. నేర్చుకోవటం అవసరం.. ఆనందం. వాటిని చూస్తే నీకేమర్థమయింది..." అన్నాను.. ఆమెకు దగ్గరగా చేరి.. మెల్లగా కౌగిలించుకొని..."

కౌగిలింత సార్వదేశికమైన, సార్వకాలికమైన ఔషధం..

"అర్థమయింది లెండి.. మీ భావం.." అంది హాయిగా నవ్వి...

బతుకు ఒక శోధన.. ప్రేమ ఒక పోరాటం..

****

కబ్జా

అరటిపండు తొక్క మీద కాలువేసి జారిపడతావు. ఎవరో నవ్వుతారు. నీకు దు:ఖం. అదే తొక్కపైన వేరేవరో కాలువేసి జారిపడతారు. గబుక్కున్న నీవు నవ్వుతావు. ఒకటే చర్య.. కాని... సంతోషం.. దుఃఖం ఎవరి చేతిలో ఉన్నాయి? మన చేతిలోనే కదా! మనిషికి సంతోషాన్నిచ్చే సంఘటనలు కన్నా.. విషాదంను మిగిల్చేవే ఎక్కువగా గుర్తుంటాయి... ఎందుకు? మనిషి ఎప్పుడూ జరిగిన దాన్నే ఆలోచిస్తూ ఈ క్షణాన్ని గుర్తించలేకపోతున్నాడు.. ఆలోచించు.. ఒక్క క్షణం ఆలోచించు. వాస్తవాలను వాస్తవంగా ఆలోచించు. నీవు వ్యవసాయదారుడవు... కష్టాలు నష్టాలు నీకు క్రొత్త కాదు. ఏ ప్రభుత్వం కూడా రైతు సమస్యల పట్ల నిస్వార్ధంగా స్పందించదని మనకు తెలుసు. సమస్యలను జయించు.. కష్టాల్లో కామెడీని వెతుక్కోవాలి. లేకపోతే మధ్యతరగతి మనిషి జీవితం మరణం వైపుగా సాగిపోతుంది. నీ సమస్యకు పరిష్కారం మరణం మాత్రం కాదు.. పోరాటం.. సమైక్య పోరాటం.. ఆ దిశగా ఆలోచించు... మళ్ళీ వస్తాను.. ఆసుపత్రి మంచంపైన ఉన్న నా మిత్రునిని ఓదార్చి బయటకు నడిచాను..

అతను ఆలోచించుకొనే అవకాశం అవసరం. రైతు ఆలోచనల్లోనే భావి భారత భవిష్యత్ నిర్మాణం జరుగుతుందని నా నమ్మకం.

***

మాఘ మాసం... నీటి గాలి చల్లగా ఉంది... సమయం సాయంత్రం.. ఆరుగంటల ప్రాంతం.. విశాఖ నగరం.. జనసంద్రంగా ఉంది... నా మిత్రుని పేరు సదాశివం.. రైతు.. వంశధార ప్రవాహక ప్రాంతంలోని ఒకానొక చిన్న గ్రామం.. ఏటిఒడ్డు గ్రామం.. అక్కడ పల్లం ఓ రెండెకరాలు పొలం అతనికుంది. కాలం సజావుగాసాగి.. ప్రకృతి సహకరిస్తే.. వచ్చే పంట దిగుబడివలన అతని కుటుంబం హాయిగా సాగుతుంది.. ఈ సంవత్సరం... గడచిన రెండు సంవత్సరాలు కన్నా వర్షాలు బాగానే కురిసాయి. పంట బాగుంది. అనుకున్న సమయంలో అకాల వర్షాలు రైతులను కుదేలుచేసాయి. అప్పులు పేరుకుపోవటమే కాక.. కొందరి వ్యక్తుల స్వార్థపరత్వం.. వారికి ప్రభుత్వం (అధికారులు.. నాయకులు) 'చట్టబద్దంగా సహకరించటం' వంటి అంశాలు.... నా మిత్రున్ని ఆత్మహత్యకు పురికొల్పాయి. ఇది ఒక్క నామిత్రుని కథ.. వ్యధ మాత్రమే కాదు. దాదాపు నూటఇరవై ఎకరాలు కోల్పోయిన రైతులందరిది.

నా మిత్రుడు ఆత్మహత్య చేసుకున్నాడని.. ప్రాణాపాయస్థితిలో.. విశాఖలోని ఒకానొక ఆసుపత్రిలో ఉన్నాడని.. రమ్మని.. మరో మిత్రుడు పంపిన సెల్ సందేశం అందుకొని.. ఆగమేఘాలు పైన ఇక్కడ దిగాను.. ప్రాణాప్రాయం తప్పిందని తెలుసుకొని.. కుదుటపడ్డాను.. వెళ్ళి ఓదార్చాను. ఓదార్పు మనిషి సమస్యను పరిష్కరిస్తుందని కాదు. నీకు నేనున్నాననే సందేశంను పంపుతుంది. ఒక్కమాట మనసును మల్లెలా తాకగలిగితే... మరణం అంచువరకు వెళ్ళిన మనిషైనా కోలుకుంటాడు. పరిష్కారం దిశగా ఆలోచిస్తాడు.

విశాఖనగరంలోని సముద్రమంటే నాకు ప్రాణం. ఎన్నెన్నో విషాద.. సంతోష సన్నివేశాలకు సాక్షిభూతమే సంద్రం. జనసంద్రం లేనిచోట కూర్చున్నాను.

ఆలోచిస్తున్నాను. నా మిత్రునికి ధనసహాయం చేయవచ్చు. చేస్తాను. దానివలన సమస్య తాత్కాలికంగా ఉపసంహరించవచ్చు.. కాని.. శాశ్వత పరిష్కారం కావాలి.

అసలు.. సమస్య మూలాలేమిటి.. తెలుసుకోవాలి. తెలుసుకుంటాను.

దూరంగా... ఆకాశంలో చంద్రోదయం... వెన్నెల్లో సముద్రం... ఆహా..!? ఎంత అద్భుతమైన దృశ్యం... మనిషి.. కాస్త ఓపిక పట్టి చూస్తే... రీఛార్జ్ చేసుకోవటానికి ఎంతో అందమైన ప్రకృతి దృశ్యాలు మనముందున్నాయో కదా!

ఈ సంవత్సరం.. రైతు కంటిలో కన్నీరే మిగిలింది... అకాల వర్షాలు.. సమతుల్యత దెబ్బతినే వాతావరణం... మనిషి ప్రకృతిపై పైచేయిగా మిగులుద్దామని చేసిన ప్రతీ దశలోనూ అతను ఓడిపోతూనే ఉన్నాను. తగిన మూల్యం చెల్లిస్తున్నాం. రైతులకు న్యాయం కోసం.. తడిసి రంగుమారిన ధాన్యంను కొనుగోలు చేయాలని.. ఉద్యమాలు చేసాయి విపక్షాలు. రాబోయే అసెంబ్లీ సమావేశాలను 'కనీసం జరిపించాము' అనిపించుకోవటం కోసం.. ప్రభుత్వం.. రంగుమారిన ధాన్యంను కొంటున్నట్టుగా ప్రకటన చేసింది. మంత్రులు.. శాసనసభ్యులు.. ఛోటా.. మోటా నాయకులు.. ఘనంగా.. కొనుగోలు కేంద్రాలను ప్రారంభించారు. డబ్బులు లేవని... (మిల్లర్లు 'సిండికేటు' గా మారి.. తమ లాభం కోసం... కావాలనీ.. ఇలా చేసారని.. దీని వెనుక స్థానిక మంత్రి గారి 'చేయి' కూడా ఉందని గుసగుసలు బయలుదేరాయి. లోగుట్టు పెరుమాళ్ళ కెరుక) విషాదమేమిటంటే.. పత్రికలు సహితం.. ఈ విషయాలను పెద్దగా పట్టించుకోకపోవటం ఇది జరిగిన నాలుగు రోజులకు మిల్లర్ల సంఘం వారు.. మంత్రి గారి జన్మదినాన్ని పురస్కరించుకొని.. అన్ని పత్రికలలో 'భారీ' ప్రకటనలిచ్చారు.. రైతులగోడును (వారి ఆత్మహత్యలను).. అందరూ.. మ..ర..చి.. పోయారు. రంగు మారిన ధాన్యంను కళ్ళల్లోనే.. ఎర్రబడిన కళ్ళలో.. కన్నీరు నిండిన కనులతో... మంటకు ఆహుతి చేసారు.

ఇక్కడ మరో ఆసక్తికరమైన సంఘటన జరిగింది. అదేమిటంటే ఎన్ఆర్ఐ రంగరాయుడు నిర్మింపదలచిన రసాయినక కర్మాగారానికి ప్రభుత్వం గ్రీన్ సిగ్నలిచ్చింది. మారుమూల జిల్లాలో పేరు సంపాదించుకున్న శ్రీకాకుళం వంటి ప్రాంతంలో క్రొత్త పరిశ్రమలను ఆహ్వానించదగిందే.. కాని.. ఈ పరిశ్రమ స్థాపనకు కావలిసిన భూమి విషయంలోనే సమస్యలు బయలుదేరాయి.. ఎక్కడ ప్రారంభం..! ఎవరీ రంగరాయుడు? ఈ సంఘటనలకు.. నా మిత్రుని ఆత్మహత్యాయత్నానికి ఏమిటి సంబంధం...

రంగరాయుడిది.. ఈ జిల్లానే... ఇచ్ఛాపురం దగ్గర ఓ పల్లెటూరు. తన ఇరవై ఏటనే ఇంజనీరింగ్ పట్టా పొంది.. మేధావిగా ముద్ర వేయించుకున్నాడు.. మేధావులను మన దేశం చచ్చాకా కాని గుర్తించదని.. ఈలోగా గుర్తింపు పొందాలంటే అమెరికా వెళ్ళి డాలర్లు ఇబ్బడి ముబ్బడిగా సంపాదించటం ఒక మార్గమని, ఇది సులభమని గుర్తించి.. వెళ్ళాను. కాని.. అతను ప్రస్తుతం అరవైలో ఉన్నారు. బోలేడంత ధనం సంపాదించారు.. పిల్లలు.. డర్టీ భారత్ రామని తేల్చేసారు.. భార్యకూడా.. కాని.. రంగరాయుడికి తన జిల్లాపైన.. తన ప్రాంతంపైన.. వర్తమాన రాజకీయ నాయకుల మాదిరి 'ప్రజాసేవ' చేయాలనే ఆశ తాడిచెట్టులా పెరిగిపోయింది. ఒంటరిగా ఢిల్లీలో దిగి.. జంటగా (ఆమెను అతను పి.ఎ. అంటాడు.. లేని.. జనం ఉంపుడు గత్తె అంటారు. రంగరాయుడు మాత్రం ఏమి అనడు..) ఈ జిల్లాకు వచ్చి.. ఇదిగో ఈ రసాయన కర్మాగారం పెట్టి జనాలకు ఉపాధి అవకాశాలు కల్పించదలచాడు.. అయితే.. తన కర్మాగారం కోసం నూటఇరవై ఎకరాలు నేల.. అదికూడా.. ఏటిఒడ్డున ఉన్నవి అయితే బాగుంటందనుకున్నాను." ఎలా సంపాదించాలి..?

ఓ పథకం వేసాడు... ఓ అందమైన వెన్నెల రాత్రిల్లో.. ఒకానొక సముద్రపు ఒడ్డున... తనకు అవసరమైన నాయకులను... అధికారులను.. 'అన్ని' విధాలైన 'మ'కారాలతో సంతోషపరిచాడు. అంతే.. తెల్లవారేసరికి.. అన్ని పేపర్లలో.. 'శ్రీకాకుళం జిల్లా'లో తొలిసెజ్ అనే హెడ్డింగ్తో.. దానివలన కలిగే లాభాలను, జిల్లా ఏవిధంగా ప్రగతిపథంలో దుసుకుపోయేది.. రంగురంగుల వార్తలలో ప్రచురించారు.. ఇక్కడ మెలికేమిటంటే.. రంగరాయుడికి కావలిసిన నూట ఇరవై ఎకరాలతో పాటుగా.. మరో ఎనభై ఎకరాలు కూడా 'సెజ్' గా నిర్ణయించారు.. దీనివలన రైతులకు 'వారి ఇష్టాఇష్టాలతో పనిలేకుండానే' వారి భూమిని 'కోల్పోతారు' పరిశ్రమ ఏర్పాటుకు నలభై ఎకరాలు చాలని విపక్షాలు గోల చేసాయి. రైతులు ధర్నాలు చేసారు. వారిని పోలీసులు తూటాలలో.. భాష్పవాయువులతో భయపెట్టారు.

రంగరాయుడు.. ఓ వ్యాపారవేత్త ధృక్పథంతో.. తాను అనుకున్నది సాధించాడు.. అయితే... ఇక్కడ అనుకోని సంఘటన అతనికెదురయింది. అది 'ఓ జెండా పార్టీనేత' కృష్ణారెడ్డి రూపంలో కథా చిన్నకురుపు కలిగింది..

వాస్తవంగా.. రంగరాయుడు నూటఇరవై ఎకరాల్లో ఫ్యాక్టరి నిర్మించడు. అతనికి కావలిసింది నలభై ఎకరాలే.. మిగిలిన వాటిని కొన్ని కోట్ల రూపాయిలకు.. ఏ 'రిలియన్స్'కు లేదా మరో బడా మల్టీ నేషనల్ కంపెనీకో 'చట్ట బద్ధంగా'నే అమ్మేస్తారు (దీనినే సబ్ బ్రోకర్ విధానం అంటారుట). అంటే.. తన ఫ్యాక్టరీని.. ఉచితంగా కట్టుకున్నట్లే.. భారతదేశం అవినీతి మయమైపోయింది. ప్రధాని కూడా పత్రికల వారిని.. 'కుంభకోణాలను' పెద్దగా చిత్రించవద్దని.. దీనివలన దేశం పరువు పోతుందని వాపోయారు. ముఖ్యంగా అధికారులను 'కొనటం' గొప్ప తేలికనే భావం.. ఎంతో మంది వ్యాపారుల్లో ఉంది. ఈ జిల్లాలోనే 'కన్నెధార' ఇందుకో

ఉదాహరణ పంటలు పండే పొలాలను రంగరాయుడు. 'అంతర్జాతీయ దొంగలు ముఠాకు' అమ్ముతారు.. వారు.. ఆ భూమిలో పంటలు పండించరు.. అనగా.. క్రమంగా తిండి గింజల కరువస్తుంది.. రైతులు తమ పొలాల్లో తామే కూలీలుగా మారుతారు. బిచ్చగాళ్ళు.. జీవచ్ఛవాలుగా మిగులుతారు. అలాకానివారు ఆత్మహత్యలు చేసుకుంటారు.. ఈ నేపథ్యంలో 'అంతర్జాతీయ దొంగల ముఠా' తమ దేశంలో పండించే తిండి గింజలను ఇక్కడకు తెచ్చి ఎక్కువ ధరకు అమ్ముతారు.. ఇక్కడ ధనాన్ని అక్కడకు పంపుతారు. వారు లాభపడతారు.

ఇదంతా నాణేనికి మరో పార్శ్యం.. వర్తమానం...!?

"బావ.. నాకర్జంటుగా.. పది లక్షలు కావాలి.. సారా వ్యాపారంలోకి దిగుతున్నా.. నీకు తెలియంది ఏముంది... బంగారు బాతు లాంటి వ్యాపారం.. కనుక నీవెలాగైనా సరే.. పదిలక్షలు సర్ధాలితప్పదు.. సమయం కూడా అట్టేలేదు. కేవలం వారంరోజులు.. అంతే! ఇది సాధించటం కోసం నానా తిప్పలు పడవలసివచ్చింది.. ఎందరెందరికో గడ్డి పెట్టవలసి వచ్చింది... నీవు సహాయం చేయకోపోతే.. చావటం తప్పా మరో మార్గం లేదు బావ. అక్కకు కూడా ఓమాట చెబుతానండి.." అని విపక్షనేత.. ఈ మధ్యనే.. ఓ పార్టీలోనికి 'తీర్థం' పుచ్చుకున్న ఛోటానాయకుడైన కృష్ణారెడ్డిని.. ఊపిరి తీసుకోకుండా చేసారు అతని బావమరిది.. తన బావను.. అతని పేరును ఉపయోగించుకొని.. అనేక కాంట్రాక్టులు. సెటల్మెంట్లు చేస్తూ.. కాస్త బాగానే వెనుకుసుకున్నాడు ఇంకొంచెం ఎదగాలని.. రాజకీయంగా స్థిరపడాలనే ఆశతో.. సారా కాంట్రాక్టుల్లోకి దిగుతున్నాడు. అదీ సంగతి.

కృష్ణారెడ్డి పరిస్థితి కుడితిలో పడ్డ ఎలుక మాదిరిగా తయారయింది. ఈ మధ్య రాష్ట్రంలో నెలకొన్న రాజకీయ అనిశ్చత వలన అతనికే 'సంపాదన' కరువయిందనుకుంటే ఇప్పుడు ఇదొకటి.. తన చేతితైలం వదలకుండా... డబ్బు

వచ్చే మార్గం ఆలోచించాలి. ఆలోచించాడు.. అతని దృష్టిలో.. రంగరాయుడి ఫ్యాక్టరి స్థలం కనబడింది. పథకం వేలు.. ఎక్కడెక్కడికో ఫోన్లు చేసారు.. తన బావమరిదిని పిలిచిచేయవలసింది చెప్పాడు.. తన కోసం ప్రాణమిచ్చే కార్యకర్తలు వందమంది రేపుదయానికల్లా జెండాలతో సిద్ధంగా ఉండమని ఫోన్లోనే చెప్పారు. అంతా సిద్ధమయింది.

మర్నాడు ఉదయం.. తొమ్మిదిగంటల వేళ.. రంగరాయుడి పర్సనల్ ఫోన్ అదే పనిగా మ్రోగసాగింది. విసుగ్గా ఆన్ చేసాడు.. పి.ఏ.. అట్నుంచి అతను చెప్పినది వినగానే.. అతనికి చెమటలు పట్టాయి.. ఉన్నపళంగా బయలుదేరాడు..

ఫ్యాక్టరి స్థలంలో 'రంగు.. రంగుల జెండాలు పాతబడి ఉన్నాయి' విషయం కొంతసేపు అవగాహన కాలేదు.. అతనిలోని వ్యాపారస్తుడు నిద్ర లేచాడు.. స్థిమితంగా నలువైపులా చూసాడు.. ఒకవైపు పోలీసులు... మరోవైపు ప్రెస్.. కార్యకర్తల గుణపు.. 'రంగరాయుడు డౌన్.. డౌన్' అనే ఎర్రని అక్షరాలున్న ప్లగ్ కార్డులు ప్రదర్శన.. అతనికి అర్ధమయింది.. ఎవరో.. ఏదో ఆశించిచేస్తున్నారు. ఒక కార్యకర్తను దగ్గరగా పిలచి అతని చేతిలో ఓ రెండు వంద కాగితాలు పెట్టి విషయం ఏమిటని అడిగారు. అతను కృష్ణారెడ్డి పేరు చెప్పి.. తనను రోజుకూలీ రెండు వందలకు కుదుర్చుకున్నారని చల్లగా చెప్పారు.. రంగరాయుడికి విషయం అర్ధమయింది.. 'అర్థం' కోసం కృష్ణారెడ్డి ఆడుతున్న 'గేమ్' అని తెలుసుకున్నారు. పోలీసులకు.. ప్రెస్ వారికి ఇవ్వవలసిన 'గౌరవ మర్యాదలు' చేయదలచుకున్నట్టు తన పి.ఏ. ద్వారా కబురందించాడు.. అంతా గప్చిప్.. కృష్ణారెడ్డి వద్దకు వెళ్ళాడు.. రంగనాయుడిని చూడగానే కార్యకర్తలు గట్టిగా నినాదాలు చేసారు.. కృష్ణారెడ్డి వారిని వారించి.." చూడండి.. రాయుడు గారు.. ఇక్కడ దాదాపు ఇరవై ఎకరాలు రైతుల నుంచి అక్రమంగా మీరు కబ్జా చేసారు. అధికారం, డబ్బు మీ వైపు

ఉన్నాయని మీరు భావిస్తున్నారు. నావైపు బలహీన వర్గపు రైతులున్నారు. వారి చెమట పైన మీరు ఫ్యాక్టరీ గోడలు నిర్మించటం తగదు. సామాజిక న్యాయం మా పార్టీ ఎజెండా.. పేదల కోసం మా పార్టీ నిరంతరం శ్రమిస్తుంది. నా తలని రక్తపు బొట్టు వరకు వారికోసమే పోరాటం చేస్తాను. అవసరమయితే సమిధగా మారటానికి కూడా సిద్ధమే.." పడికట్టు పదాల ఉపన్యాస మిచ్చాడు.. రంగనాయుడు మనసులోనే నవ్వుకున్నాడు.. ముఖ్యంగా 'సామాజిక న్యాయం' అనే పదం మరీ నవ్వు తెప్పించింది.. ఇదే నినాదంలో తెరపైకి వచ్చిన ఓ గొప్ప పార్టీ (అని వారి ఉద్దేశ్యం - ప్రజలదికాదు) వందేళ్ళ చరిత్ర ఉన్న పార్టీలో విలీనం కావటం ఎంత గొప్ప ప్రజాస్వామ్యపు ఆటో అతనికి గుర్తుకు వచ్చింది..

కృష్ణారెడ్డితో.. వస్తున్న నవ్వును బలవంతంగా అదిమిపెట్టి.. "చూడండి రెడ్డి గారు.. నేను కడుతున్న ఈ ఫ్యాక్టరీ వారి కోసమే... మీరు.. నేను కూడా బలహీనవర్గాల మేలు.. ముఖ్యంగా రైతులకు మంచి జరగాలనే కోరుతున్నాం. నా కర్మాగార నిర్మాణం కోసం నేనెవరి దగ్గర అక్రమంగా భూమిని కబ్జా చేయలేదు.. మార్కెట్ ధరకు..

చట్టబద్ధంగా ప్రభుత్వం దగ్గరనుంచే కొన్నాను. అంతేకాదు.. ఇక్కడి రైతులకోసం వారికి ఫ్యాక్టరీలో ఉద్యోగాలిస్తాను. వారి ఆడపిల్లల పెళ్ళిళ్ళకు కావలసిన సహాయం చేస్తాను. వారి పిల్లల చదువుకు అంతర్జాతీయ స్థాయి పాఠశాల ఏర్పాటుచేస్తాను. ఇంకే నేను ఏమి చేయాలో చెబితే.. చేయటానికి నేను సిద్ధం.. చెప్పండి.." అని బంతిని కృష్ణారెడ్డి కోర్టులోకి తోసాడు. ప్రెస్ వారు ఆయన చెప్పింది గబగబా వ్రాసుకుంటున్నారు. పరిస్థితి తన చేయిదాటుతున్నదని.. అందరికి రంగరాయుడు బాగానే 'మానేజ్' చేసాడని గ్రహించి.. గట్టిగా నినాదం చేసాడు.. కార్యకర్తలు అతనికి అనుసరించారు. రంగరాయుడు కృష్ణారెడ్డి కేకల్లోని 'లెక్కలు'ను

గ్రహించాడు. తన ఆఫీసులోనికి తీసుకువెళ్ళాడు. 'చెప్పవలసిన రీతి'లో చెప్పాడు.. కృష్ణారెడ్డి కూడా 'వి(తి)నవలసిన రీతిలో వి(తి)న్నాడు'.. సర్వేజన సుఖినోభవంతు... సుఖంగా లేనివారు... రైతులే... వీరిరువురి స్నేహంను హర్షిస్తూ రెవిన్యూ అధికార్లు.. పోలీసులు.. పార్టీ కార్యకర్తలతో. 'మ'కారాలతో.. 'గ'మ్మత్తుగా విందు చేసుకున్నారు.

రైతులకు ఏం మిగిలింది...!? ఇది ఎవరికీ పట్టదు.. ప్రభుత్వం (?) పట్టించుకోదు.. రంగరాయుడు ఆక్రమించుకున్న భూమిలో నా మిత్రుడు భూమి కూడా ఉంది. కూతురు పెళ్ళికోసం కాపుగా ఉంటుందని 'భూమిని' నమ్ముకున్న నా మిత్రునికి 'రంగరాయుడు' ప్రభుత్వం నిర్ణయించిన ధరగా 'కాసింత ముష్టిని' విదిల్చాడు.. నా మిత్రుడు బార్యను నమ్ముకున్నాడు... చివరకు మరణం కూడా 'అతనిని' దరి చేరనీయలేదు.

ఇదంతా.. రంగరాయుడి పి.ఏ..కు కొంత 'తైలం' (మందు.. మనీ) సమర్పించి నేను తెలుసుకున్నాను.

రాత్రి కురిసిన వర్షం వెలిసింది. ఉదయం ఎనిమిది గంటల సమయం. ఆకాశం మబ్బులు విడివడుతున్నాయి. సూర్యకిరణాలు మబ్బులను చీల్చుకొని భూమిని వెచ్చగా తాకుతున్నాయి.. నీటిగాలి చల్లగా ఉంది.

నేను హైదరాబాద్ బయలుదేరాలి. గత రెండు రోజులుగా... నా మిత్రునితో గడిపాను. నాకూ ఆనందంగానే ఉంది. త్వరగా కోలుకున్నాడు... అతనికి అవసరమయిన ఆర్థిక సహాయం చేసాను. ఇంకా చేస్తాను... కానీ.. సమస్యలను ఎదుర్కొనే దిశగా అతను తయారుకావాలి... మంచం ప్రక్కన కుర్చీలో కూర్చున్నాను.

“చూడు... మనిషి బలహీనం కావచ్చు.. కాని మనసు కాకూడదు.. చావును తెచ్చుకోవటం గొప్పకాదు.. చచ్చేవరకు గొప్పగా బ్రతకటం అవసరం. ఇందుకు శ్రమ అవసరం. శ్రమదే అంతిమ విజయం.. ప్రపంచంలో సమస్యలన్నీ మనిషి నుంచే పుడతాయి. పరిష్కారం కూడా అక్కడే ఉద్భవించాలి. ఇవేవో కడుపు నిండిన మనిషిగా చెబుతున్న మాటలు కావు... మా నాన్న రైతు.. పురుగుల మందు త్రాగి చనిపోయాడు. ఆయననుసరించింది అమ్మ... నేను.. చెల్లి.. అనాధలుగా మేనమామ, బాబాయ్ ల ఇంట పెరగటం నీకు తెలియంది కాదు.. ఎన్నోసార్లు.. నేను చచ్చి.. నా చెల్లిని కూడా చంపేద్దామనుకున్నాను”. కంటి నుంచి నీరు జారి పడి ఇంకిపోయింది. సర్ధుకున్నాను. మా మధ్య కొంత మౌనం...” నీవు చనిపోతే. నీవాళ్ళు అనాధలుగా మిగులుతారు.. తరువాతవారి స్థితి.. రైతులు చావకూడదు. అవసరమయితే న్యాయం కోసం... భూమి కోసం చంపాలి. కన్నెధార.. ధర్మల్.. ఉద్యమాలు మనకు కొత్తకాదు. రైతాంగ ఉద్యమం పుట్టిందే మన జిల్లాలో. ఇదో ఉద్యమాల పురిటిగడ్డ. రంగరాయుడు. కృష్ణారెడ్డిలు ఎంత..!? ఆవులు కొమ్ములు విదిలిస్తే ఏమి ఉంటుందో ప్రభుత్వాలకు తెలియజెప్పాలి.

ఒక్కమాట...

రామరావణ యుద్ధం జరుగుతున్నది. లక్ష్మణుడు మూర్ఛకు లోనయాడు.. అందరూ అతను చనిపోయాడనే అనుకున్నారు. విభీషణుడు రాముని వద్దకు వచ్చి.. రామా.. నాకు లంక రాజ్యం వద్దు.. నా చెల్లెలు త్రిజట సహాయంతో సీతను ఇక్కడకు తీసుకువస్తాను.. నీకుడిభుజంలు కోల్పోయావు... అని పిరికిమాటలు చెప్పాడు. అందుకు శ్రీరాముడు... 'విభీషణా! నేను సీతకోసం మాత్రమే రావణునిపై గెలుపును కోరటం లేదు. మానవ సమాజంలో అనేకవేల, లక్షల మంది రావణులున్నారు. వారిని సంహరించాలి. అదే నా లక్ష్యం... ఈ లక్ష్యసాధనలో అవసరమయితే నా

సోదరుడి ప్రాణాలు కూడా పదిలంగా పెడతాను. ఓటములెన్ని ఎదురైనా ప్రయత్నిస్తూనే ఉంటాను. ఎందుకంటే చెడుపై మంచికి తప్పక విజయం లభిస్తుంది. ఈ సూత్రం... అర్థం చేసుకోగలిగితే మానవులందరికి వర్తిస్తుంది. ఓ స్నేహితుడున్నాడనే విషయం మరువకు.. వస్తాను..' అతను నా చేతిని గట్టిగా పట్టుకున్నాను. ఆ స్పర్శలో.. పోరాటానికి అతను సిద్ధమేననే'' సంకేతం ఉంది. ఇప్పుడు కలసిన చేతులు మా ఇద్దరివే కావచ్చు.. కాని.. భవిష్యత్తులో న్యాయం కోసం పోరాడే మరిన్ని చేతులు మాతో తప్పక కలుస్తాయనే నమ్మకం నాకుంది.

మరో రైతాంగ సాయుధ పోరాటం కోసం వంశధార సాక్షీభూతం కానున్నదా?..

ఏమో.. సమాధానం కాలమే చెప్పాలి...

****

నిజమే.. మనుషులే..!?

ఓ తథాగతా! మేం అల్పులం. మీలాగే మా మనసులు చిన్నవి. వాటిని విశాలం చెయ్యివలసిన బాధ్యత నీదే. వాటితో ఆడుకోకు. వాటిని సంస్కరించు. నేను కోరే వరం ఇదే..

***

ఫోన్ రింగవుతునాది.. చూసాను. మా ఎడిటర్.. ఎత్తాను.. 'చెప్పండి సార్ ' అన్నాను. ' అర్జంట్ గా రాగలవా' అన్నారు.. అభ్యర్ధనతో కూడిన ఆజ్ఞని అర్ధమయింది. నేను మంచం దిగాను.. బయలుదేరేందుకు సిద్ధమయాను. వాచి చూసుకున్నాను.. సాయంత్రం నాలుగవుతున్నది. గడచిన మూడు రోజులుగా ముసురు పట్టి ఉంది. సన్నగా వర్షం.. జోరుగా గాలి.. వాతావరణం చలిగా ఉంది.. రైన్ కోట్ వేసుకొని.. బండి స్టార్ట్ చేసాను..

"రా.. శంకరం.. నీవు ఇంటికి వెళ్లేసరికి ఒంటిగంట అయి ఉంటుంది. అర్జంట్ న్యూస్.. పోలీసులు, మనం ఒక్కటే' అని మా ఎడిటర్ గారు అంటూనే 'కూర్చో' అన్నట్టుగా చేతితో సంజ్ఞ చేసారు.. బెల్ కొట్టారు.. అటెండర్ రెండు కప్పులతో టీ తెచ్చాడు.. పొగలు కక్కుతున్నది. నాకు ప్రాణం లేచి వచ్చింది. నా

బలహీనత ఆయనకు తెలుసు.. ఇటువంటి వాతావరణంలో నేను ఎన్ని టీలైనా త్రాగుతాను. డ్రాయర్ లో నుంచి ఓ పేపర్ కటింగ్ తీసి నాముందుంచారు..

నా కర్థమయింది.. అది నిన్నటి పత్రికలో ఓ చిన్న వార్త తాలూకా కటింగ్.. ఓ తొంభై ఏళ్ళ ముసలి స్త్రీని ఎవరో రోడ్డు మీద చలిలో వదలి వెళ్ళిపోయారు.. నేనో మానవత్వ కథనం రాయాలి.. పెద్ద టాస్క్ అయినా నాకిష్టం...

ఆ ఫోటో చూస్తుంటే నాకసహ్యం వేసింది.. సాటి మనుషులపైన

'సరే సర్ ' అని లేచాను.. "రేపు న్యూస్ రావాలి సుమా " అన్నారు ఎడిటర్.. 'సరే' అని ముక్తసరిగా అని బయటకు నడిచాను..

***

ఆ సంఘటన లక్ష్మి టాకీస్ ఎదురుగా జరిగింది.. అక్కడో బస్టాప్ ఉంది.. అక్కడ బెంచి పైన వణుకుతున్న ముసలావిడను చూసాను. నేను బయలుదేరినప్పుడే.. ఓ రగ్గు పట్టుకొని వెళ్ళాను.. ఆమె నిండా కప్పేను.. వృద్ధాప్యపు ఛాయలు ఆమెను కృంగదీసాయి.. తొమ్మిది పదుల వయస్సు ఆమెను శారీరకంగా చివికి పోయేటట్లు చేసింది.. ఎదురుగా ఉన్న బేకరిలో ఓ బన్ కొని ఆమెకిచ్చాను.. ప్రక్కనున్న టీ షాప్ లో 'టీ' తెచ్చాను. మెల్లగ తేరుకుంది.. నేను.. ఆమె గురించి అడిగాను.. ఆమె కళ్ళలో మెరుపు.. క్షణకాలమే.. వెనువెంటనే కన్నీరు.. ఆగకుండా.. నేను నిశ్చేతనంగా ఉన్నాను..

తన గురించి చెప్పింది..

నేను ఆమెను ఓదార్చి వెళ్ళాను..

అందరి కథలు వంటిదే ఆమెది కూడా.. నలుగురు కొడుకులు.. కోడళ్ళూ.. ఆమెను వదిలించుకున్నారు.. ఆమె సేవలు మరిచారు.. ఇంత పెద్ద దేశంలో. కొన్ని వేల కోట్లు ఖర్చు చేస్తున్న ప్రభుత్వాలు..

ఓ పండు ముసలికి ఆసరా ఇవ్వలేకపోడం ఆశ్చర్యం వేసింది. మనుషుల మధ్య హద్దులు మనిషే నిర్మిచుకున్నాడు. వీటి వలననే ఒకరికొకరు శత్రువులవుతున్నారు.. కన్నతల్లి.. భారం..

ఆమె చెప్పిన చిరునామాకు వెళ్ళాను.. నేనెవరో చెప్పాను.. నేనేం చేయగలనో చెప్పాను.. పర్యవసానం చెప్పాను. వారిలో భయం కన్నా ఆలోచన పెరగాలనేది నా భావన...

***

'సార్.. ఇదీ... సంగతి.. మీరేమైనా.. మానవత్వ విలువలతో చేయగలరా?.. గతంలో ఎన్నో పనులు ఇటువంటివి చేసారని తెలుసు.. కనుకనే ఆఫీసుకు వెళ్ళకుండా మీ దగ్గరకు వచ్చాను.. అఫ్ కోర్సు.. ఇటువంటివి నిత్యకృత్యంగా జరుగుతున్నాయి..మనమేమి చేయలేకపోవచ్చు.. కానీ.. మీ పరిధిలో.. కాస్త.. చట్టంతో వారిని భయపెట్టి.." ఆగాను.. నేను నరసన్న పేట సి.ఐ. గారి దగ్గరున్నాను. ఆయన మంచివారు గడచిన సంవత్సర కాలంలో ఆయన ఇటువంటి కేసులను స్మూత్ గా డీల్ చేసారని నాకు తెలుసు..

సరే పదండి..

వర్షం, గాలి తగ్గాయి.. సన్నని జల్లు పడుతున్నాది.. జీపు తీసుకొని.. స్పాట్ కి వెళ్ళాం...

అక్కడ ముసలమ్మ లేదు.. ఎవరు తీసుకు వెళ్ళారు.. సి.ఐ.గారు ప్రక్కనున్న టీ దుకాణంలో అడిగారు. అతడు భయం భయంగా ఎవరో ఇద్దరు మగవారు వచ్చి తీసుకు వెళ్ళారని చెప్పారు. ఆమె కొడుకులై ఉంటారని నాకర్థమయింది..

నాకర్థమయింది.. ఇద్దరం.. వృద్ధాశ్రమానికి వెళ్ళాం.. ఆమెను అక్కడ చూసాము.. ఆమె చుట్టూ ఎంతోమంది వృద్ధులున్నారు. ఆమె ముఖంలో నవ్వును చూసాను..

నేను... సి.ఐ. గారు బయలుదేరాం...

'మనిషికి దేవుడు అందం ఇవ్వకుండా ఆపు చేయగలడు. తెలివితేటలు, డబ్బు లేకుండా చేసే శక్తి అతనికి ఉంది. కాని.. నవ్వకుండా చేయగలిగే శక్తి అతనికి లేదు.. ఈ చిన్న విషయాన్ని అర్థం చేసుకున్నాక మరి శూన్యత కనిపించదు.. ఎక్కడో చదివిన వాక్యం గుర్తుకు వచ్చింది...

నాకును...

నిజమే దేశమంటే మట్టి కాదు.. హృదయమున్న మనుషులు కూడా...

****

నేనే రాధనోయి....

వేసే ప్రతీ అడుగుకి అంగుళం దూరంలో ధ్యేయం పెడతాడు దేవుడు. అందుకే స్వర్గాన్ని అంత ఎత్తులో కట్టాడు. కొందరే అక్కడికి చేరుకోగలరు. అంగలేసి అలసిపోనివారు.. నాకు ఎక్కడో.. ఎవరో రాసిన వ్యాఖ్యలు గుర్తుకు వచ్చాయి.. మా ఊరి గ్రామదేవత పండుగలో రాధని చూసాక.. రాధ నా మేనకోడలు.. మూడు దశాబ్ధాలు తరువాత చూసాను.. అప్పటికన్నా.. అందంగా.. హుందాగా.. ప్రభుత్వ టీచర్ గా.. ఐదు పదుల నిండైన వ్యక్తిత్వంతో మెరుస్తున్న వ్యక్తిగా..

***

విజయనగరం నుంచి సింహాచలం వెళ్లే రూట్ లో ఉన్న చిన్న గ్రామం తునివలస. రెండు వందల గడప. వెయ్యి జనాభా. గ్రామానికి ప్రారంభంలో గ్రామదేవత బంగారమ్మ ఆలయం.. కొత్తరంగులతో మెరిసిపోతున్నది. నేను బస్సు దిగేసరికి.. ఏ పని లేనివారంతా.. యువత హడావుడిగా తిరుగుతున్నారు. గ్రామదేవత పండుగ రెండురోజులపాటు ఘనంగా నిర్వహిస్తారు. ఎక్కడెక్కడి నుంచో బంధువులు, స్నేహితులు చేరుకుంటారు ఒకరోజు ముందుగానే...

తునివలస మా తాతగారి ఊరు.. బాల్యమంతా ఇక్కడ పొలాలు.. తాటితోపులు.. గొడ్ల చావడిలలో పెట్రోమాక్స్ లైట్స్, బుడ్డి దీపాల నడుమ

గడచిపోయింది. వేసవి సెలవులు వస్తే పది రోజులు నా మకాం ఇక్కడే.. చూరు నేలను తాకుతున్నట్టు ఉండే ఇళ్ళు.. అన్నీ నిట్రాట గుడిసెలే... దీపాలు లేవు.. గ్రామం పంచాయితీ రేడియో రోజుకు మూడు గంటలు ప్రసారం చేసే కార్యక్రమాలే వినోదం. ఇటువైపు ఐదు కిలోమీటర్ల దూరంలో కోరుకొండ సైనిక్ స్కూల్.. మైసూర్ పాలెస్ మాదిరి గర్వంగా నిలిచి ఉండేది.. అక్కడ శని, ఆదివారాలు రాత్రి ఎనిమిది గంటలకు ఆరుబయలు థియేటర్ లో కేవలం హిందీ సినిమాలు వేసేవారు. వాటికోసం.. ఆరుగంటలకే భోజనాలు పూర్తిచేసి... నేను, మూర్తి, సొట్టడు, శ్యామ, రోహిణి, బుచ్చి వెళ్లేవారం.. సినిమా పూర్తయే సరికి తెల్లవారి నాలుగయేది... నిద్ర కళ్ళతో పొలాలకు అడ్డంపడి వచ్చేసేవారం. వెన్నెల టార్చిలైట్ వెలుగును చూసుకుంటూ.. ఆడ, మగ తెలిసేది కాదు..కేవలం మేమంతా స్నేహితులం, బంధువులం.. హాయిగా ఆడుకుంటూ.. పాడుకుంటూ వచ్చేసేవారం..

అమ్మవారు పండుగంటే సంబరమే.. ఎక్కడెక్కడి నుంచో క్రొత్త క్రొత్త అమ్మాయిలు వచ్చేవారు.. అదో ఆనందం... ఓ రెండు రోజులు ఆ చీకట్లో హీరోలని... ఫీలయేవారం

ఆ తరువాత షరామామూలే.. ఎవరిదారి వారిది..

ప్రతీ సంవత్సరం.. మా బావ పిలుపు మేరకు పండగకు ఇప్పటికీ వెలుతుంటాను.. పాత జ్ఞాపకాల కోసం.. క్రొత్త యువతరం ఆలోచనలను పంచుకొనేందుకు.. నాతో తిరిగిన వారంతా కలుస్తారు. ఏరా.. అంటే.. ఏరా అనుకుంటాం...

ఈ సంవత్సరం పండుగ నాకు మరింత ఆనందాన్నిచ్చింది..

కారణం.. రాధ...

***

"రమణమ్మ నిన్న వచ్చిందిరా.. దాని చిన్న కూతురు వస్తున్నాదిట. చిన్నతల్లి, ప్రకాష్ లు వస్తున్నారు. వాళ్ళన్నయ్య శివ కూడా.. కొంచం కూరలు గట్రా ఎక్కువ తీసుకురా అంది" అమ్మ సంచి అందిస్తూ.. మా నాన్న రిటైర్ అయిన తరువాత ఓ పాత పెంకుటిల్లు అమ్మకానికి వస్తే మా మామయ్య ఆనాటి రోజుల్లో వందల్లో పెట్టి కొనిపించాడు. మా అమ్మ కన్నవారిల్లు తునివలస. మా మామయ్యది ప్రక్క ఇల్లు. మా పెద్ద మామయ్య విజయనగరం - గర్భాం బస్సు కండక్టర్. ఆయన భార్య ప్రభుత్వ టీచర్. ఆవిడే మాకు ఆదర్శం నేను.. మా రెండో అన్నయ్య.. మా పెద్దనాన్నగారి అబ్బాయి టీచర్ గా స్థిరపడటానికి ఆమె రోల్ మోడల్.. నాన్నగారి రిటైర్మెంట్ తరువాత మా ఆర్థిక పరిస్థితి 'లేమి ' కనిపించింది.

అయినా... ఎవరి మీద ఆధారపడేవారం కాదని మాకో విశ్వాసం. కారణం.. అమ్మ ఇంటిని నడిపే విధానం..

అమ్మవారు పండుగ ఘనంగా జరుగుతున్నాది. ఘటాలు, జంగిడెలు, బంధువులు.. జాతర.. పిక్క ఆటలు.. రంగుల రాట్నాలు.. తాగుబోతుల గొప్పలు.. రోడ్డు మీద పడిపోవటాలు.. ఇవన్ని పెట్రోమాక్స్ వెలుగుల్లో సగం చీకటి, సగం వెలుతుర్లు మధ్య గడచిపోయేది.. అందరం కలిసి.. ఎవరి ఇంట్లో ఎవరు తింటున్నారో తెలియదు. అయినా అందరూ అప్యాయంగా 'రారా.. తినేసి వెళ్ళు' అని అభిమానంగా విస్తరాకు వేసి ఆత్మీయతతో వడ్డించేవారు.. పంచ భక్ష్య పరమాన్నాలు కాదు కాని... పచ్చడి, చారు, బూరే..నోరారా పలుకరించి,మనసంతా నవ్వు వడ్డన చేసేవారు. మధ్య మధ్యలో బంధుత్వాల జోకులు.. ఆడపిల్లల చెమట వాసనలు.. పెళ్ళయిన ఆంటీల కాలి మువ్వల పట్టీల శబ్దాలు.. దూరంగా డప్పుల మ్రోతలు.. సంప్రదాయపూరిత కాక్ టైల్ అనుభూతి...

అదిగో.. అప్పుడూ.. నా ప్రక్కన కూర్చుందో పదిహేనేళ్ళ అమ్మాయి రాధ...

సన్నగా... అంతా కలిపితే రెండుకేజీల మాంసం కూడా ఉండదు శరీరంలో.. అయినా కళగా ఉన్నమొహం.. ఎప్పుడూ పెదాలపైన చిరునవ్వు.. కళ్ళతో నవ్వుతూ మాట్లాడగలిగే నైపుణ్యం.. నడకలో హుందాతనం.. పలకరింపులో భోళాతనం.. శరీరం నిండా నాజూకుతనం.. మొత్తంగా.. ఏదో ఫ్లేవర్ శరీరానికి పూసుకున్న వ్యక్తిత్వం...

"రాధరా.. మన రమణమ్మ గారి చిన్న కూతురు.. శివా చెల్లి.. చిన్నతల్లికి కూడా చెల్లి.." మా వదిన పరిచయ వాక్యాలు.. ఒక్కసారి చూసాను.. 'నువ్వు మా శంకరానివి కదా...' అంది.. 'అది జగదల్ పూర్ లో చదువుతున్నాది. ఈసారి.. ఏవో సెలవులట.. వచ్చింది..' మరోసారి మా వదిన పరిచయం..

రాధ... పేరు బాగుంది.. మనిషి గొప్ప అందగత్తె కాదు...కాని.. ఏదో తెలియని ఆకర్షణ ఉంది.. బహుశా పద్దెనిమిదేళ్ళప్రాయంలో ఎవరైనా అలానే ఉంటారేమో అలానే ఉంటుందేమో.. నేను స్వతహాగా సిగ్గరిని.. ఆడపిల్లలంటే బెరుకు.. రాధ.... చనువు రెండురోజుల్లో దానిని కాస్త తగ్గించింది..

***

'రమణమ్మగారి కుటుంబం గొప్ప కలిగిన కుటుంబం కాదు. అయినా.. ఫర్వాలేదు.. ఓ ఎకరా బంజరుంది. అక్కడ ఓ స్థలముంది.. తాటి తోపుంది.. ఆరుగురు ఆడపిల్లలు... ముగ్గురు మగపిల్లలు..' ఆ రాత్రి పండగ కోసం.. మల్లెపూలు దండ కడుతూ.. వదిన చెప్పిన మాటలు.. రాధ వాళ్ళ కుటుంబం గురించి నాకు తెలుసు.. ఈ రోజు కాస్త ఆసక్తిగా విన్నాను అంతే..

ఈ లోపుగా.. దండను పూర్తి చేసి వదిన ఇంట్లోకి వెళ్ళిపోయింది.. రాధ నా దగ్గరకు వచ్చి.. 'రారా.. బయట మంచం వేసుకొని కూర్చుందాం'అంది.. అందరం.. ఆరుబయట.. వెన్నెల్లో.. నులక మంచం వేసుకొని కూర్చున్నాం..

'చెప్పురా.. నీ చదువు.. గట్రా..' అంది.. నేను.. చెప్పాను.. పండగయిపోతే 'భీమిలి వస్తావా' అంది.. 'సరే' అన్నాను.. 'అమ్మకు ఓ మాట చెప్పాలిగా' అన్నాను.. గట్టిగా కళ్ళతో... నోరారా నవ్వింది... 'అక్కకి నేను చెబుతాలే.. నిన్నేమీ అక్కడ తినేయనురా' అంది.. నాకు నవ్వు వచ్చింది..

ఆ తరువాత.. దూరంగా మ్రోగుతున్న డప్పులు శబ్ధం దగ్గరవసాగింది.. మంచం ఎత్తేసి.. అందరం.. ఎవరింటికి వారెళ్ళిపోయాం.. పండగ రెండు రోజులు సరదాగా గడచిపోయింది.. రాధ నన్ను వదలలేదు.. నేను కూడా

భీమిలి కూడా తీసుకు వెళ్ళింది.. అక్కడ ఆమెలోని ధైర్యం.. తెగింపు.. లక్ష్యం కోసం తపన గమనించాను.. పండగ తరువాత ఆమె జగదల్ పూర్ వెళ్ళిపోయింది.. చదువుకోసం.. చదువు అవసరం.. ఆమె వలన మరోసారి తెలుసుకున్నాను..

అదే ఆమెను ఆఖరుగా చూడటం..

జ్ఞాపకశక్తి గనిలాంటిది.. తవ్వేకొద్దీ బంగారం దొరుకుతుంది..

***

గ్రామమంతా క్రొత్త పెళ్ళికూతురులా ముస్తాబయింది.. పల్లె నిండుగా జనం.. కృత్రిమ దీపాల కాంతుల వరుసలు. క్రొత్తతరం యువతీ యువకుల నాగరికత ప్రదర్శనలు.. మద్యం దుకాణల్లో సీసాల శబ్ధాలు.. త్రాగుబోతుల సందళ్ళూ.. పల్లె క్రొత్త నాగరికతతో ఊగుతున్నాది.. సంప్రదాయం సిగ్గుతో ప్రక్కకు తప్పుకుంటున్న దృశ్యాలు..

నేను ఒక్కడినే గుడికి వెళ్ళాను.. ఐదున్నర పదుల వయస్సులో దాదాపుగా ఒంటరితనానికి అలవాటు పడిపోయాను..

కోవెల రద్దీగా ఉంది.. రమణమ్మగారి కుటుంబీకులే.. అంటే చిన్నతల్లి, ప్రకాష్ లే ఆలయ బాధ్యతలు తీసుకున్నారు.. అత్యధిక మొత్తం వేలం పాడి.. దేవుడు కూడా సంతలో వస్తువయిన చందం...

జనం మధ్యలో క్యూలో నిల్చున్నాను.. క్యూ చాలా దూరం వరకు ఉంది.. 'ఒరే.. శంకరం.. ఇటు.. ఇటు..' అని ఎవరిదో పిలుపు.. చిరపరిచితమైన పిలుపు.. అటు చూసాను.. ఎవరో పెద్దావిడ.. ఓ డెబ్బై కేజిల బరువు గల ఆసామి.. స్త్రీనే.. చేతులతో రమ్మని సైగ చేస్తున్నాది. టిక్కెట్స్.. దర్శనం కోసం.. భక్తులకిస్తున్నది.. క్యూలోంచి అక్కడకు వెళ్లాను.. 'గుర్తు పట్టావా..' అంది.. 'లేదు' అన్నాను.. 'నువ్వేమీ మారలేదురా..' అంది.. 'రా' అని అంటుంటే 'రాధవా' గుర్తుపట్టాను. 'హమ్మయ్య' గుర్తుకు వచ్చాను.. ప్రక్కనున్న ముసలాయనతో.. 'ఏమండి.. వీడు..మా అక్క కొడుకు.. ఉండండి.. దర్శనం చేయించి వస్తాను..' అని.. 'రారా' అంటూ.. చేయి పట్టుకొని.. లాక్కెళ్ళింది.. దర్శనం అయిపోయింది.. ఓ అరటిపండు చేతిలో పెట్టింది.. 'దా.. అలా వెళ్దాం.. పనేమీ లేదుగా" అంది.. 'పండగే ఓ పని..' అన్నాను సరదాగా.. వాళాయనకు.. అదే ఆ ముసలాయనకు చెప్పి.. ఇద్దరం బయటకు వచ్చాం...

***

దూరంగా.. ఓ ఖాణా మీద కూర్చున్నం.. వెన్నెల విరగ కాస్తున్నాది.. వెన్నెల్లో పండుగ సిరిని తెస్తుందట..నాకు నవ్వు వచ్చింది.

"చెప్పు నీ గురించి.. చాలా ఏళ్ళు అయిపోయింది..' అన్నాడు.

"ఏముంది.. టీచర్ ఉద్యోగం వచ్చింది.. ఇద్దరాడపిల్లలు.. పెళ్ళిళ్ళు చేసేసా.. అందరూ సెటిల్ అయిపోయారు.. ఇదిగో ఇప్పుడు.. కాస్త ఖాళీ.. ఇలా వచ్చేసాను.. లక్కీగా నువ్వు కలిసావు..' నా చేతిని తన చేతిలోనికి తీసుకొని... 'నీ గురించి

చెప్పు.. నాదేముంది.. పరాజితైన ప్రస్తుత విజేతను నేను.." అని అంతా చెప్పాను.. కొంచెం సేపు ఆగి.. 'నీ ప్రేమ పెళ్ళి.. జీవితం!' అది చెబుదూ అన్నాను.. ఆసక్తిగా..

'జీవితం కోసం నేను పెద్ద యుద్ధమే చేసానురా.. కానీ.. యుద్ధం చేయటం వలన నామీద నాకు జాలి పోయింది. అవతలి వారి బలహీనతలని క్షమించగలిగే స్థితి వచ్చింది... బహుశా వేదాంతమంటే అదేనేమో.. ఇప్పుడు నువ్వు వచ్చేయమన్నా వచ్చేస్తా..' అంది కళ్లతో నవ్వుతూ..'వచ్చేయనా' అంది.. బుగ్గ లాగుతూ.. 'నీ సిగ్గు బాగుంటుందిరా..' అంది.. అన్ని భావాలను ఒకే సమయంలో ఎలా సాధ్యమో..

'పిల్లలను తీసుకురాలేకపోయావా' అన్నాను టాపిక్ మార్చి..

'కావాలనే తీసుకురాలేదు.. ఈ మధ్య నిర్లిప్తత వస్తున్నాది.. ఒక్కసారి దానిని దగ్గరకు రానిచ్చామా.. ఆ మత్తు నరనరాల్లోనికి పోతుంది. లక్ష్యాన్ని దూరం చేస్తుంది' అన్నాది.. గొప్ప వేదాంతిలా..'అవునా' అన్నాను.. 'అఫ్ కోర్స్.. నా బరువు వలన కూడా అనుకోవచ్చ'ని నవ్వింది..

'దా.. అలా నడుద్దాం.. నీతో నడవాలని ఉందిరా' అంది.. ఇద్దరం కొద్ది దూరం నడిచాం.. వెన్నెలలో.. వృద్ధాప్యపుచ్ఛాయలతో ఇద్దరి నడక..

సమస్యల్ని చిరునవ్వుతో సాధించిన వారే తన లక్ష్యాన్ని చేరుకుంటారు.. రాధ.. ఆ కోవకు చెందుతుంది..

'ఈరోజు ఆనందంగా ఉంది.. లవ్ మారేజ్ చేసుకున్నాను.. పిల్లలు.. సెటిలైపోయారు.. ఎవరి ఉద్యోగాలు.. కుటుంబాలు వారివి.. మరో ఎనిమిదేళ్ళుంది సర్వీసు.. ఆ పెద్దాయన మా ఆయన... చూసావుగా.. నీలాంటివారే..' అంది టీజింగ్ గా.. కాల ప్రవాహంలో మనిషి మారతాడంటారు.. కాని. ఈమె శారీరకంగా మారింది.. మానసికంగా ఎదిగింది..

ఇద్దరం నవ్వుకున్నాం.. పరిసరాలు కూడా వెన్నెల వెలుగులో నవ్వినట్టనిపించింది.. "నేనే రాధనోయి.." నా ఫోన్ రింగ్ టోన్.. 'వదినా ఫోన్...' రింగ్ టోన్ బాగుంది అంది రాధ.. 'నీ నవ్వులా..' అన్నాను..

వెనక్కి తిరిగిపోయాం.. తను కోవెలలోకి వెళ్ళిపోయింది 'బై' అని.. ఫోన్ నెంబర్ తను ఇవ్వలేదు.. నేనూ అడగలేదు.. ఈ ప్రపంచంలో గొప్ప ఆనందాలన్నీ మొదట్లో బాధ పెట్టేవే...

పురుషుడి నుంచే స్త్రీ సృష్టించబడింది... అతని మీద ఆధిపత్యం వహించడం కోసం అతను తల నుండి కానీ, దాసిగా ఉండటం కోసం పాదాల నుంచి కానీ సృష్టించబడలేదు.. అతనితో సమానంగా జీవించడం కోసం.. అతని రక్షణ పొందడం కోసం.. అతనిని ప్రేమించడం కోసం.. ప్రేమించబడటం కోసం అతని భుజానికి, హృదయానికి సమీపంలోని ప్రక్కటెముక నుంచి స్త్రీ సృష్టించబడింది..

రాధ అటువంటిదే....

****

మురికి తల్లి

"ఒరేయ్ అమ్మకు తొమ్మిది దశాబ్దాలు దాటిపోయాయి. ఈ పండగకి నలుగురు కొడుకులు కలసి... పండగను తనింట్లో చేసుకోమంటుందని శ్రావణి ఫోన్ చేసింది" నా తమ్ముడు నాకు ఫోన్ లో చెప్పాడు.

"నిజమే మంచి ఆలోచనే... నేను గుజరాత్ లో ఉన్నాను... మిగిలిన మీ ముగ్గురు ఏ.పి.లో.. విశాఖ చుట్టు ప్రక్కలే ఉన్నారుగా... అందరికన్నా నీవు పెద్దవాడివి.. వదినను పంపించు వాళ్ళ దగ్గరికి... అమ్మ తరువాత ఆమె కదా మా అందరికి అమ్మగా... అండగా నిలిచింది... నాకు .. నీ మాట ఒకటి, వదిన మాట ఒకటి కాదుగా' అన్నాను...

"నిజమే అనుకో.. కాని.. ప్రయత్నిస్తా..." అని ఫోన్ పెట్టేసాడు...

మా అమ్మకు మేం నలుగురం అన్నదమ్ములం.. అందరూ మగపిల్లలే... మా అన్నయ్య, ఇద్దరు తమ్ములు విశాఖ, శ్రీకాకుళంలోనే సెటిలయ్యారు. ఇద్దరు అన్నయ్యలు టీచర్లుగా, తమ్ములు సివిల్ ఇంజనీరుగా .. దాదాపుగా అందరివి స్థిరపడిన కుటుంబాలే... నేనే... కెంద్ర ఉద్యోగిగా రాష్ట్రాలు తిరుగుతూ ఉంటాను. చిన్నతనంలోనే నాన్న చనిపోయారు. అమ్మ పెన్షన్ తో కుటుంబాన్ని గుంభనంగా నెట్టుకు వచ్చింది.. మా పెంపకం.. బంధువులు.. పండుగలు.. పెళ్ళిళ్ళు...

పురుళ్ళు.. అమ్మో అవన్ని తలుచుకుంటే ఇప్పుడున్న మాకు భయమేస్తుంది.. మా తమ్ముడి భార్య ఒక బిడ్డను కని, మరి కనలేనని ఆపరేషన్ చేయించుకుంది... అంత సుకుమారి.. ఆమె పేరు కూడా అదే.. ఆమె తల్లి శ్రీకుమారి.. ఆవిడ మరీ సున్నితం..! మా మరదలే... ఆవిడకున్న ఒక్కగానొక్క సంతానం.. ప్రస్తుతం మా అమ్మను.. మా అన్నయ్య వదిన చూసుకుంటున్నారు.. అమ్మకు వయసు మీద పడటంతో వదినే మా బాధ్యతలు తీసుకుంది... మేము కుదురుకొనేలా చేసింది.. ఆమె పెద్దగా చదువుకోలేదు.. మా అమ్మకు అన్నయ్య వరుసయిన మామయ్య కూతురినే కోడలుగా తీసుకువచ్చింది. తెలిసిన పిల్ల, జాగ్రత్త అయినదని, బాధ్యతలు తెలిసినదని. వదిన, అమ్మ అభిప్రాయాలను వమ్ము చేయలేదు..

"ఎవరండీ ఫోన్... ఏమిటటా..." అంది మా ఆవిడ... గదిలోకి వస్తూ.. సమయం రాత్రి పది కావస్తున్నాది... మా అన్నదమ్ములం ప్రశాంతంగా మాట్లాడుకొనే సమయమిదే మరి... నేను చెప్పాను.. 'అవును.. ఆవిడయితేనే.. ఆపని బాగా చేయగలదు... మహాదొడ్డ మనిషి... మురికితల్లి కదా...' అంది నవ్వుతూ... నేను చిన్నబుచ్చుకోవటం చూసి... నా చుబుకం పట్టుకొని ముఖాన్ని అటూ, ఇటూ తిప్పి "అలిగిన వేళనే చూడాలి... గోకుల కృష్ణున్ని అందాలు..." అని రాగం తీసింది.. ఆమె సంగీతం టీచరు మరి... ఇద్దరం నవ్వుకున్నాము... "కాని... మీ రెండో అన్నయ్యకు... ఆఖరి తమ్ముడికి మధ్య పచ్చగడ్డి వేస్తే..." అని ఆమె ఆగిపోయింది.

'................' మా మధ్య కొంత మౌనం..

'అవును.. ఎవరి వలనంటావు.. మీ.. "నేను కోపాన్ని అణుచుకున్నాను... ఆమె నవ్వి.. "అవును.. మా చెల్లి.. అదే మీ సుకుమారి మరదలు. ఆమె తల్లి వలనే..

అనండి.. ఏం ఆపేసారు.." అన్నది... చిన్నగా నవ్వి.. మెల్లగా... "మన స్త్రీల మీద మనకే ఎంతో చిన్నచూపు ఉంది.." అంది...

"ప్రస్తుతం మనమేమి చేద్దాం చెప్పు..." అన్నాను... మంచం పైన వాలిపోయాను.. నా ప్రక్కన ఆమె ఒదిగిపోయింది... మాకు ఇద్దరూ ఆడపిల్లలే... పెద్దమ్మాయికి పెళ్ళి అయిపోయింది.. అమెరికాలో సెటిలయింది... చిన్నమ్మాయి ముంబైలో ఐ.టి.లో జాబ్ చేస్తుంది.. సంబంధాలు చూస్తున్నాం..

"మీరేమనుకుంటున్నారు... చెప్పండి..." అంది... నామీదకు ఒరిగి... స్త్రీ తానెప్పుడూ మగాడి ద్వారా గుర్తింపబడాలి అన్న విషయానికే ప్రాధాన్యం ఇస్తుంది... తన ద్వారా తన భర్తకి గుర్తింపు రావాలని అనుకోదు..." ఎవరో రాసిన వాక్యం గుర్తుకు వచ్చింది.

"వెళదాం.. అమ్మ సంగతి నీకు తెలుసుగా.. పెద్దది రాలేనని ఫోన్ చేసింది. అది అత్తవారింటికి చెన్నై వెళుతుందిగా, చిన్నది వస్తే కలసి వెళదాం.. ఏమంటావు..." అన్నాను.. అమెను మెత్తగా గుండెలకు హత్తుకొని... "ఊ..." అని అలానే నిద్రపోయింది.. పురుషుడికి తనలో చెల్లిని, భార్యను, తల్లిని చూపించగలిగే అదృష్టం చాలామంది స్త్రీలకుండదు. నా భార్య... ఇందుకు మినహాయింపు.. పై వాక్యానికి గొప్ప ఉదాహరణ సుకుమారి..

***

పండగ దగ్గరకు వస్తున్నాది... నేను కూడా విశాఖపట్నం వరకు విమాన టిక్కెట్స్ రాను, పోనూ అడ్వాన్స్ బుకింగ్ చేసుకున్నాను. ఆ ఏర్పాట్లులో నా భార్య ఉంది...

ఉదయం... అఫీసులకు వెళ్ళే హడావుడిలో ఉన్నాను. సమయం తొమ్మిది కావచ్చింది. అన్నయ్య ఫోన్.. 'వదినతో ఓసారి మాట్లాడు..' అని... 'సరే...'

అన్నాను... 'హలో... శంకరం' వదిన గొంతు... అభిమానంతో... "చెప్పు వదిన..." అన్నాను.. నా ప్రక్కన భార్య కారేజితో వచ్చి నించోని.. సంచిలో సర్దుతున్నాది.. 'రేపు.. చెల్లెలు దగ్గరికి వెళుతున్నాను.. అన్నయ్య రానంటున్నారు.. ఏవో ఎఫ్.టు పరీక్షలట.. పాపం చెల్లెలు బిడ్డకు ఆరోగ్యం బాగోలేదట.. ఓసారి రమ్మంది.. అందుకని..' 'అయ్యో... అందుకోసం రమ్మందా.. సరే.. పండగ విషయం కూడా కదుపు వదిన..' అన్నాను.. "చెబుతానని.. ఆ తరువాత ఒక్కసారి మన సరోజను కూడా మాట్లాడమను.. "ఉంటానయ్యా... "ఆరోగ్యం జాగ్రత్త.. పిల్లలు ఎలా ఉన్నారు... వస్తున్నారుగా పండుగకి.. సరోజను అడిగానని చెప్పు.." అని పెట్టేసింది.. సరోజ నా భార్య... నేను.. స్పీకర్ ఆన్ చేసే ఉంచడం వలన.. సరోజకంతా వినపడింది.. 'ఆ మురికి తల్లికి... ఎందుకంత తాపత్రయం పిల్లలంటే... సుకుమారి.. ఆమెకు చేసిన అవమానం మరచి... వెళతానంటుంది... ఇటువంటి మనుషులు కూడా ఉంటారా..." ఆశ్చర్యం వ్యక్తం చేసింది... నాలిక కరుచుకొని... "నువ్వు ప్రతీసారి మురికి తల్లి అంటే.. ఏదో ఒకరోజు బెల్టు తీయవలసి వస్తుంది సుమా' అన్నాను.. నవ్వుతూ.. "వద్దులెండి... మీకంత శ్రమ ఇవ్వనుగా..." అని లోపలకు వెళ్ళిపోయింది.. నేను బయలుదేరాను..

***

'ఆవిడలాంటి మురికి మనుషుల మధ్య నేనుండలేను. నేనెంతో డీసెంట్ ఫేమిలీ నుండి వచ్చాను.. ప్రతీ అడ్డమయిన పిల్లలను తెచ్చి ఇంట్లో పెట్టుకోవటం.. వారికి చాకిరి అవసరమా.. తనకిద్దరు పిల్లలున్నారుగా.. వారితోనే వేగలేక చస్తున్నాం..' అని రుసరుసలాడింది.. పదేళ్ల క్రితం.. సుకుమారి.. పెళ్ళయిన క్రొత్తలో... నిజమే.. వదినకు పిల్లలంటే ఎందుకో అంత పిచ్చి..పోనీ.. ఆమెకు

పిల్లలు లేరా అంటే.. ఇద్దరు మగ పిల్లలు.. ప్రస్తుతం ఇద్దరూ.. చెన్నైలో పెద్ద పెద్ద ఉద్యోగాల్లో ఉన్నారు... అయినా.. ఇప్పటికి.. కూడా..?!

అలా.. తమ్ముడిని తీసుకొని.. అమె వేరు కాపురానికి వెళ్ళిపోయింది.. నిజానికి అది కారణం కాదు.. ఒకటి మా అమ్మగారి వయస్సు.. ఉమ్మడి కుటుంబం.. శ్రీకుమారికి.. సుకుమారి తల్లికిది ఇష్టం లేదు... డబ్బున్న కుటుంబం.. తామంతా కష్టపడి సంపాదించుకున్నదే... నాలుగు బెడ్రూంల ప్లాట్, మా చిన్ని పెంకుటిల్లును కూల్చేసి.. మా అందరి డబ్బులుతో కట్టుకున్నాం.. ఎవరి జీతాలు, ఖర్చులు వారివే... కలిసి ఖర్చు చేయవలసినవి మాత్రమే చేస్తున్నాం. అమ్మకు సరిపడా ఖర్చులకు పెన్షన్ వస్తుంది.. నాలుగైదు సంవత్సరాల వరకు ఆమె తన పనులు తానే చేసుకొనేది.. సుకుమారికి తల్లి తరపు బంధువులు ఎక్కువ.. వారంతా వీరి మీదపడి తినే రకం.. వారందరికి అల్లుడొక 'ఏటియం కార్డు ". ఇది పెళ్ళయిన నాటి నుంచి మా అందరికి తెలుసు. ఒక బిడ్డ కలిగిన తరువాత... వారిలో అశాంతి మరింతగా పెరిగింది. అంతే, ఒకరోజు బరస్టయింది.. పర్యవసానం.. అమ్మ తమ్ముడికి చెప్పింది. వాడు భార్యను పట్టుకొని.. అత్తగారింటికి దగ్గర్లో.. ఇళ్ళు తీసుకొని వెళ్ళిపోయాడు..

తరువాత అంతా సక్రమంగానే జరిగిపోయింది.. ఏ పండగకి మేమంతా కలిసింది లేదు.. అలాగని మా మధ్య సంబంధాలు తెగిపోయాయని లేదు.. కాని.. ఈ పండగకి అందరూ.. క..ల..సి.. ఉండాలని అమ్మ కోరుకోవటం.. తప్పులేదనుకుంటాను.. ఆమె వయసది.. చూడాలి.. వదిన ఏ మేరకు ప్రయత్నం చేస్తుందో... వదిన మీద సుకుమారికి కోపం లేదు. ఆమె పనుల మీద కోపం... తల్లి వంత పాడటం... అంతే...

వదినది పల్లెటూరు.. పెద్ద కుటుంబం.. అమెతో కలిపి పద్నాలుగు మంది పిల్లలు.. ఈమె ఏడవది.. ఆడపిల్లల్లో పెద్దది.. కనుకనే బాధ్యత తెలిసినది.. మమ్మల్ని ఇంత వరకు లాకొచ్చింది. సుకుమారికి ఆమె అంటే భయం, భక్తి కూడా ఉన్నాయి.. ఆ అమ్మాయి... మా కంటికి చిన్నపిల్లలానే కనిపిస్తుంది.. నాకయితే మా పెద్దమ్మాయిలా అనిపిస్తుంది. మరి వదినకి...? అందుకే ఆమె బిడ్డకు అనారోగ్యమంటే పరుగెత్తింది.. పండగ విషయం చెబుతుందని నేననుకోను. నీకిది చేసాను.. నాకిది ఛెయి అనే రకం వదినది కాదు. సుకుమారి తల్లి కూడా ఓ బిడ్డను కన్నదే అనే విషయం ఎందుకో గుర్తుంచుకోదు. ఆమెకు తనమీద తనకున్న శ్రద్ధ తన కూతురు మీద కూడా లేదంటే మా వదిన ఒప్పుకోదు. మనిషి తన గురించి ఆలోచించే సమయం కన్నా, ఎదుటి మనిషి గురించి ఆలోచించటం కోసం ఎందుకు తపన పడతాడో...!?

మా ప్రయాణ సమయం దగ్గర పడింది.. కాలం ఎవరికోసం ఆగదు.. నా పని నేను చేసుకుపోతాను. వచ్చినవారు వస్తారు. రానివారి కోసం ఓ గంట, రెండుగంటలు చర్చించుకొని మానేయటమే.. అందరితో కలసి హాయిగా.. ఆనందంగా.. పండుగను జరుపుకోవాలంటే అదృష్టం ఉండాలి. మా రెండో అమ్మాయికి విషయం చెప్పాను. తను డైరక్టుగా విశాఖ వచ్చేస్తానంది.. రిసీవ్ చేసుకోమంది.. దాదాపుగా అందరూ వస్తున్నట్టే.. ఆనందం కలిగింది..

సుకుమారి, తమ్ముడు విషయం తెలియలేదు. నేను ఆలోచించలేదు.. మా వదిన సంగతి నాకు తెలుసు కదా...!? సమయం వస్తే.. ఆమె అపర చాణక్యురాలు.

***

తుని వలస... విజయనగరం.. విశాఖపట్నం.. పద్మనాభం వెళ్ళే త్రోవలో ఉంది.. చిన్న పల్లెటూరు.. నగరీకరణకు దూరంగా... సంప్రదాయాలకు దగ్గరగా

ఉంటుంది.. రాత్రి ఆరయితే ప్రశాంత గంభీరంగా ఉంటుంది.. నా బాల్యమంతా అక్కడున్న మామిడి చెట్లు.. నేలబావి.. చెరువు.. అమ్మవారి కోవెల.. విజయనగరంలో సినిమాలు.. న్యూపూర్ణ థియేటర్ దగ్గర దొరికే ఆవిరి కుడుము ముక్కల్తోనే గడిచిపోయింది. ఇహ.. మా గ్రామ దేవత బంగారమ్మ తల్లి పండగంటే ఆ సంబరం ఆనందమే వేరు.. ఇప్పటికి అదే ఉత్సాహం.. కాకుంటే కాస్త మద్యం మత్తులో... అంతే..!

మేమంతా చేరుకున్నాం.. నా రెండో కూతురు.. మా మరో తమ్ముడి కొడుకు.. కూతురు.. మా అన్నయ్య పిల్లలు.. భోగి పండగంతా సరదాగా సాగిపోయింది.. మా వదిన.. వీధిలో ఉన్న చిన్న పిల్లలను తీసుకువచ్చి భోగిపళ్ళు పోసింది.. ఆ ముచ్చటను మేము 'అ..ను..భ..వించాము..."

సాయంత్రం ఆరుగంటల సమయంలో వాకిట్లో మంచాలు వేసుకొని.. అందరం.. చెగోడీలు, జంతికలు తింటున్నాం..

ఇంతలో...వీధిలో ఒక కారు వచ్చి ఆగింది... అందులో నుంచి మా మరదలు, సుకుమారి, మా తమ్ముడు.. వారి పాప.. పదేళ్ళుంటయేమో.. నేను ఇదే చూడటం.. బాగుంది.. భలే ముద్దుగా.. వచ్చి రాగానే... సుకుమారి వదినను గట్టిగా కౌగిలించుకుంది... “ఆ.. ఆ... ఆమె మురికితల్లి... గట్టిగా కౌగిలించుకోకు చెల్లి..." టీజ్ చేసింది మా ఆవిడ...

అందరూ నవ్వుకున్నారు. వారి పాపను నేను ఎత్తుకున్నాను..

అందరి మనస్సులో సస్పెన్స్ విడిపోలేదు.. ఆమెను ఎలా వదిన తీసుకు రాగలిగింది...? మేమెవరం ఆమెను అడగలేదు. అడిగినా ఆమె చెప్పదు కూడా... 'అమాయకత్వం ఇచ్చినంత నిశ్చింత ఇంకేదీ ఇవ్వదనుకుంటాను..." ఇది కూడా ఎవరో రాసిందే సుమండి..

మురికి తల్లి

సంక్రాంతి సంబరాలు అందరం కలిసి సంతోషంగా ముగించుకున్నాము. మా దోస్తులంతా కలిసాము... ఆనందించాము.. 'అన్నపూర్ణ కొడుకులంతా అదృష్టవంతులన్నారు'. వారంతా... గ్రామస్థులు... కూడా... మా వదినను, అన్నయ్యను పొగిడారు. సుకుమారిని.. ఆమె కూతురిని.. రాజ కుమార్తెల మాదిరి అపురూపంగా చూసారు.." నాతో వచ్చేయరా తల్లి.. ఇద్దరు అక్కలున్నారు అక్కడ " అన్నాను.. ఆ చిన్నారి చిట్టితల్లి నుదిటిన ముద్దు పెట్టి.. అందరం.. ఆమెకు బట్టలు పెట్టాం.. సంబరాల సంక్రాంతి ముగిసింది.. ఇహ బయలుదేరే సమయం వచ్చింది.. ఒక్కొక్కరుగా బయలుదేరుతున్నాం.. సుకుమారి కారు వచ్చి ఆగింది.. ఆమె మరోసారి... వదిన కాళ్ళకు నమస్కరించింది.. ఆమెకు బొట్టుపెట్టి సంచిలోనున్న చీర, జాకెట్ పెట్టింది. 'ఇది అమ్మకివ్వు..." అని మరో సంచి ఆమె చేతిలో ఉంచింది. సుకుమారి ఆమెను 'అమ్మా' అని గట్టిగా కౌగిలించుకుంది. 'మీ ఇద్దరు మా ఇంటికి వచ్చేయండి అక్కా... అమ్మ కూడా ఇదే చెప్పింది ' అంది.. వదిన "తప్పకుండా..." అని సుకుమారి కూతురిని మరోసారి ముద్దాడింది...' ఇంతలో.. బిలబిలమంటూ చిన్నపిల్లలను తీసుకొని కొంతమంది తల్లులు మా వదిన చుట్టూ మూగారు. వారినెత్తుకోవటం వలన మా వదిన కట్టుకున్న కొత్తచీర మురికయింది... ఆమె మురికి తల్లి కదా.. మరి.. ఎందుకో సుకుమారి కళ్లలో నీరు ...

వదిన మౌనంగా ఉండిపోయింది.. మనసు అర్ధమయినప్పుడు మౌనమే మాట్లాడుతుంది..

పిల్లల ఒంటిమట్టితో మలినమయ్యేవారే ధన్యులట...

****

ఒకవైపే చూడు...

మా తమ్ముడి కూతురు పెళ్ళి జరుగుతున్నాది.. వాతావరణం హడావుడిగా ఉంది.. 'పెళ్ళంటే పూర్వంలా అందరూ కలసి ఒకే దగ్గర కూర్చునే పరిస్థితి నేడు లేదు కదా.." అన్నాను నేను.. నా మిత్రుడితో..

"అవును.. అందరూ గుంపులు గుంపులుగా కూర్చున్నారు చూసావా.." అన్నాడు వాడు..

"అదే నేను చెబుతుంటా.. ఆ బృందాలు ఏమిటో తెలుసా.. పెళ్ళి మండపానికి దగ్గరగా.. దర్జాగా కూర్చొని ఆర్డర్స్ వేస్తున్న బృందం.. బ్యాంకులు, ప్రభుత్వ ఆఫీసర్స్ గా ఉన్నవారు.. వారికి కొంచెం దూరంగా ఉన్నవారంతా టీచర్స్.. వీరు ప్రభుత్వ ఉద్యోగులే.. కానీ వృత్తిధర్మం.. ప్రకృతి పైత్యం.. వారు ఒంగిపోతారు.. ఆ మూడో బృందం చూడు కొంచెం సిగ్గుగా, భయంగా ఉన్నారే వారంతా ప్రయివేట్ ఉద్యోగులు.. ఆ రెండు బృందాలు వీరిని పెద్దగా పట్టించుకోవు.. బంధువులు కనుక హాయంటే హాయ్ అనుకుంటారు.." ఇంతలో ఒక వృద్ధుడు.. మధ్య వయస్కునిగా.. ముఖం ఎనభైఏళ్ళ ముసలివానిగా ముడతలు పడి.. శరీరం నల్లగా కమిలిపోయిన ఎర్రదుంపలా ఉన్న శాల్తి మా దగ్గరికు వచ్చి.. "హాయ్ బావ- ఎలా ఉన్నావు" అని చనువుగా భుజంపైన చేయి వేసాడు..

"ఎవరండి మీరు అన్నాను" భయంగా.. మావాడు కూడా అదే ఎక్స్‌ప్రెషన్ లో ఉన్నాడు. మళ్ళీ అపరచితుడే.. 'అదేంటి బావ.. స్వంత చెల్లినిచ్చిన నువ్వే గుర్తించకపోతే ఎలా..' అన్నాడు కాస్త బాధగా.. "ఓహో మా సూరి బావవా.. ఇదేంటి బావ ఈ అవతారం..." అన్నాను.. ఇంతలో చల్లని డ్రింక్స్ వచ్చాయి. ముగ్గురం త్రాగాము..

ఇంతలో మా చెల్లి సత్య వచ్చింది.. "ఏమి చెప్పమంటావన్నయ్యా... జీతంలో సగభాగం సౌందర్యోపాసనకే ఖర్చు చేస్తారు.. అయినా ఏభై దాటకుండానే ఇంతందంగా తయారయారంది.. నిట్టూర్చుతూ.. తను మాత్రం.. పాతికేళ్ళదానిలా ఉంది.. అదే అడిగాను నేను.. 'ఏంటే సత్తి.. ఈ తేడా..' అని.. 'ఆ.. ఏం చెప్పమంటావన్నయ్య.. నా ఖర్మ ' అంది..

'ఏమిటి ఖర్మ.. నువ్వు చిన్నపిల్లలా ఉండటమా' అన్నాను నవ్వుతూ.. మా మిత్రుడు శ్రోతగా మిగలటం ఇష్టంలేక.." అసలేమిటి వేషం బావదీ అన్నాడు. మా స్నేహం వయస్సు ఐదుపదులు మరి.. సత్తి పెళ్లికి కలిసే వెళ్ళాం.. మా బావ సౌందర్యోపాసన మా వాడికి తెలుసు.. ఎన్నోసార్లు ఆన్ లైన్ లో సుగంధ ద్రవ్యాలు, పరిమళ భరిత లేహ్యాలు మరెన్నో సౌందర్య సాధనాలు వాడే తెప్పించాడు మరి..

'అసలేం జరిగింది...' అన్నాను.. మా చెల్లి చెప్పింది.. వెయ్యి ఎపిసోడ్స్ తెలుగు సీరియల్... నేను కుదించి చెబుతాను... వినండి.. నా మిత్రుడు ఫోన్ పట్టుకొని బయటకు వెళ్ళాడు.

***

ఓ రోజు నేను వాళ్ళింటికి వెళ్ళాను.. మా బావ ముఖమంతా మట్టిపూసుకొని బురద వీరుడిలా ఉన్నాడు. టీ.వి. చూస్తూనే..

"ఏమన్నయ్యా! ఇదేనా రావటం అంది".. మంచి నీళ్ళూ తెచ్చి ఇచ్చింది..

"ఇదేంటమ్మా ఉదయానికే బావ ఈ వేషం..."

"అది ఓ రకం మట్టి అన్నయ్య.. ముఖానికి పూసుకుంటే.. తలతళలాడుతుందట.. అందుకని అలా..." అంది.. టీ కప్పు అందిస్తూ..

తను లోపలకు వెళ్ళింది.. నేను బావ టి.వి. చూస్తున్నాము. బావ టి.విలో వస్తున్న 'సౌందర్య చిట్కాలు ' వింటున్నాడు. మట్టిని దట్టంగా మరో విడత ముఖానికి పట్టించి..

"బావ.. ఈ మధ్య ఒకాయన ఆయిల్ పుల్లింగ్ అన్నాడు.. చేసాను.. ఆహా పళ్ళన్ని ఎంత బాగున్నాయో.." అని నవ్వాడు.. ముందు మూడు పళ్ళూ నాకు కనిపించలేదు.. ఏమయాయని నేను అడగలేదు..

మరో గంట తరువాత.. ముఖం కడుక్కుని.. అద్దం ముందు కూర్చున్నాడు.. "ఏవేవో తైలాలు రాసాడు.. తరువాత.. ఓ రెండు మాత్రలు వేసాడు.. అనంతరం మళ్ళీ పౌడర్ రాసాడు.. అప్పుడు టిఫిన్ కు లేచాం. డైనింగ్ టేబుల్ పైన ఒక పళ్ళెంలో తోటకూర, కారెట్, బీట్రూట్, దోసకాయ ముక్కలు, ప్రక్కన ఏదో రసం గ్లాసులో ఉన్నాయి..

"ఇవే అన్నయ్య ఆయన టిఫిన్". రసం త్రాగిన తరువాత మట్టికుండలో వండిన అన్నం, కూర, సాంబార్ తో క్యారేజి పట్టుకొని, కుండ నీటినే సీసాలో పట్టుకొని స్కూల్ కు బయలుదేరాడు.. ఆయన వెళ్ళాక...

"బాగుందే మీ ఆయన ధోరణి.. ఆయనని తొందరగ మామూలు మనిషిని చేయకపోతే.. తరువాత ఏడ్చి ప్రయోజనం లేదు. అయినా ఉన్న ఒక్క కొడుకు అమెరికాలో సెటిలయిపోయాడు. ఇంకా బావ సర్వీసులో ఉన్నాడు.. ఇదే వరుస..

కొంపదీసి చిన్న ఇల్లు ఏమైనా.. " అన్నాను సరదాగా.. 'చాల్లే అన్నయ్య.. ఆయనకు అంతపాటి సరసం కూడానా' అంది.. 'పోనీలే నువ్వు బాగుంటావు అన్నాను..

"ఏం బాగు అన్నయ్య.. కొబ్బరి నూనెతో వండమంటారు.. కుండలో చేయమంటారు. రకరకాల పౌడర్లు ముఖానికి పూస్తారు.. ఆ టి.వి.లో ఎవరెవరో ఏమి చెబితే అవన్నీ చేస్తున్నారు.. అయినా.. గత పదేళ్ళుగా బి.పి. షుగర్లు ఈయనను వదిలిపోలేదు..." అంది బాధగా..

***

'అదిరా జరిగింది..' అన్నాను మావాడితో... మా బావ..మా చెల్లి భోజనాలకు వెళ్ళారు మరి..

ఇద్దరం నవ్వుకున్నాం...

"బావ ఒక్క విషయం గమనించటం లేదు.." అన్నాడు వాడు.

"ఏమిటది" అన్నాను.

"చక్కగా మన సత్తిని చూడు.. ఉదయానికే లేస్తుంది.. స్నానపానాదులు ముగించుకొని, ఇళ్ళంతా తుడుచుకొని.. తులసి చెట్టు దగ్గర పూజ చేసి.. రోజంతా ఏదో ఒక పనిలో కష్టపడుతుంది.. తనకీ నాలుగున్నర పదులు నిండినా.. చక్కగా ఏ రోగాలు లేకుండా బాగుంది.. చక్కని అలోచనలు.. నిరంతర పని.. టెన్షన్ లేకపోవడం.. వయసుకు తగిన ప్రవర్తన.. ఇవే కదా నిజమైన సౌందర్య సాధనాలు.. ఇవన్నీ తను ఆచరిస్తున్నాదిగా.. బావకెందుకు ఈ పిచ్చి.." అన్నాడు..

నిజమే.. దైవ ప్రసాదితమైన.. సహజమైన ప్రకృతి నడుమ జీవించకుండా ఇలా.. వారు.. వీరు చెప్పిన.. వ్యాపార ఉత్పత్తులకు మనమెందుకు ప్రచార కర్తలం కావాలి.. భారతీయ సంప్రదాయంలో ఎన్నెన్నో సహజ ఉత్పత్తులను వదిలేసి.. ఇలా.. దేవుడిచ్చిన నిజమైన అందమైన శరీర ఆకృతిని ఎందుకు వికృతం చేసుకోవాలి..

"ఆ ముఖం.. ఇక అంతే అన్నయ్య.. మరి మార్చలేమనేసారు డాక్టర్లు.." అంది మా చెల్లి నవ్వుతూ..

ఆమెకు జీవితం పట్ల ప్రకృతి చెప్పిన సూత్రం అర్థమయినట్లుంది...

****

గరీభి హటావో.....

ఈ పదం ఇప్పటిది కాదు. దశాబ్దాల క్రితం నాటిది. పేదరికం లేకుండా చేయాలా.... పేదలు లేకుండా చేయాలా.... ఎన్నెన్నో పథకాలు,లక్షల కోట్ల ఖర్చు, ఉచిత స్కీమ్ లు.... అయినా....

***

అరా.....

వారణాసి నుంచి గంట.... పాట్న నుంచి గంటన్నర....ఓ మధ్య తరగతి పట్టణం. స్టార్ హోటల్స్, రెండు సినిమా హాల్స్ ఉన్నాయి. పురాతన వాసన పట్టణమంతా విస్తరించి ఉంటుంది. హిందీ తప్పా మరో భాష వినపడదు. సగానికి మించి జనాభా.....పేదలేమో... కాదు పేదలే... ప్రభుత్వాలు భక్తి కి ఇచ్చిన ప్రాధాన్యత ప్రజల భుక్తి ఇవ్వటం లేదని అర్ధమవుతుంది... మేము మహాకుంభమేళా, మా మేనల్లుడు పెళ్లి కోసం వచ్చాము... నేను నా మిత్రుడు. విమాన ప్రయాణం... స్టార్ హోటల్ విలాసం... బాగుంది... ఆ ఆనందం మరుసరోజు జరిగిన ఓ సంఘటన మమ్మల్ని ఆలోచనల్లో పడేసింది.

***

అరణ్యక దేవి ఆలయం.... అరా లో ప్రసిద్ధి చెందిన అమ్మవారి దేవాలయం. ఆదివారం చాలా జనం వస్తారు... మాకు ఆరోజు కుదిరింది.... మేమున్న హోటల్ నుంచి నడచి వెళ్ళవచ్చు.... మేమిద్దరం బయటకు రాగానే ఓ జట్కా వాలా మా ముందుకు వచ్చి ఆగాడు... మాకు సరదా అనిపించింది... బక్క చిక్కిన గుర్రం... అంత కన్నా బాగా బలహీనంగా ఉన్న జట్కా నడిపేవాడు... ఎందుకో... దిగిపోదాం అనిపించింది... ఈ లోపుగా బండి కదిలింది... ఇరుకు సందులు... దారంట... ఐదు రేకులతో వేసుకున్న 'ఇళ్ళు '. అందరివీ స్వంతమేనట... జట్కా అద్దెది... బాడుగ రోజుకు వంద... గుర్రం దాణ అదనం.... అంత బేరం ఉంటుందా అని హిందీ లోనే అడిగాడు మా మిత్రుడు... అతడు విషాదంగా నవ్వేడు...కోవెల ముందు సందులు మరీ ఇరుకుగా... రద్దీ గా ఉన్నాయి... నడిచి రావటమే మంచిది అనుకున్నాం... మెల్లగా అరగంట కి కోవెల చేరేము.

ఉత్తరాది సంస్కృతి దేవాలయమంతా ఆగరువత్తుల పొగలా వ్యాపించి ఉంది. ఉత్తరాది లో చాలా దేవాలయాల్లో దోపిడీ తక్కువ... ఇస్తే తీసుకుంటారు... అడగరు... అమ్మవారిని దర్శించుకొని... బయటకు వచ్చాము... అన్నప్రసాదం ఉందిట, తిని వెళ్ళమని ఓ రెండు టిక్కెట్స్ బయట కౌంటర్ దగ్గర ఇచ్చాడో వ్యక్తి... డబ్బులు ఏమి అడగలేదు... అయినా ఓ రెండు వంద నోట్ లు ఆయన చేతిలో ఉంచాను...అయన మాకు నమస్కరించాడు...

ఇంతలో ఓ ముసలావిడ సడన్ గా పడిపోయింది.. అందరూ తలో చేయవేశారు... మెల్లగా దగ్గరున్న మేమొచ్చిన జట్కాలో మెల్లగా కూర్చో పెట్టి మంచినీరు, టీ ఇచ్చారు.... కానీ ఎవరూ అంతకుమించి ఏమి చేయలేదు.... మాకేమి పని లేదు... చూద్దాం అనిపించింది... నా మిత్రుడు నా వైపు చూసాడు. నేను కథ లు రాస్తానని వాడికి తెలుసు... ఇద్దరం జట్కా వెనుక బయలుదేరాం...

జట్కా ముసలమ్మా ఇంటికి చేరింది... అదో ఐదు రేకులు ఇళ్ళు... లోపల ఎవరూ లేరు.... 'ఇద్దరు అబ్బాయిలు... వారి దారి వారు చూసుకున్నారు 'అని అతడు మెల్లగా గొణిగాడు. ముసలిది మెల్లగా లేచి మాకు నమస్కరించింది... ఇంటి చుట్టూ చూసాను... పెద్దగా ఏమి లేవు... 'ఇంత ఎండలో ముసలిది ఎందుకు అక్కడకు వెళ్ళింది 'మా వాడు హిందీలో అడిగాడు... ప్రతీ శుక్రవారం, ఆదివారం అక్కడ అన్నప్రసాదం పెడతారు... అయితే అక్కడకు రోజూ వచ్చే ఇటువంటి వారికీ పెట్టరు... పై వాళ్లు... కొత్త వాళ్లు వస్తే... వారికీ టికెట్ ఇస్తారు. వాటిని అడిగి తీసుకొని ఓ పూట నాలుగు ముద్దలు తృప్తి గా తినొచ్చని దాని బాధ.... మేమిద్దరం బయటకు వచ్చేసాం... మా జేబులో ఉన్న రెండు భోజనం టికెట్స్ తో పాటుగా ఓ రెండు వందల కాగితాలు అతడి చేతిలో ఉంచాము. 'అవును నువ్వెందుకు అక్కడ ఉన్నావు. మేము వస్తామని చెప్పలేదు కదా' అన్నాను....". ఆ ముసల్ది మా ఆడది బాబు... ఎవరైనా మీ వంటి బాబులు నాకు టికెట్ ఇస్తారని... మీకు రెండు ఇస్తారని నాకు తెలుసు... మీ వంటి బాబులు తినరని తెలుసు... బయటకు వస్తే... మిమ్మల్ని అడుగుదామని....'అతడి మాటల్లో వ్యధ, నిస్సహాయత నాకు అర్థమైంది.. మేము బయలుదేరాం... 'ఉండండి... దింపినచోటకి తీసుకువెళుతా...'అన్నాడు. వినయంగా నడుం విల్లు లా వంచి 'వద్దులే... ఆవిడని చూడు ' అని చెప్పి బయలుదేరాం.... 'అన్ని సౌకర్యాలు ఉండి, నిరంతరం అసంతృప్తి తో చచ్చే వారిని ఇక్కడ ఓ రోజు ఉంచితే బాగుంటుంది కదా...'అన్నాను మా వాడితో... వాడేమి మాట్లాడలేదు....

కథంటే కావలిసిన చోట ఆనందాన్ని అతికించవచ్చు. వద్దంటే విషాదం తీసేయవచ్చు. జీవితం అలాకాదు.... కదా... ఎవరో అన్న మాటలు గుర్తుకు

వచ్చాయి... అన్నార్తులు, అభాగ్యులుండని ప్రపంచం ఇంకా ఎంత దూరం.... ఏమో...!?

****

www.ingramcontent.com/pod-product-compliance
Lightning Source LLC
LaVergne TN
LVHW032107041026
849518LV00010B/3025
* 9 7 8 8 1 9 8 8 1 8 4 0 9 *